పరుసవేది

పరుసవేది

పాలో కొల్హో

అనువాదం: గర్నెపూడి రాధాకృష్ణమూర్తి

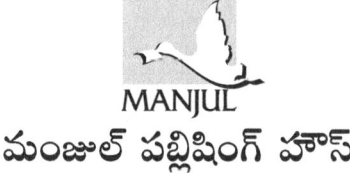

MANJUL
మంజుల్ పబ్లిషింగ్ హౌస్

First published in India by

Manjul Publishing House
Corporate and Editorial Office
•2nd Floor, Usha Preet Complex, 42 Malviya Nagar, Bhopal 462 003 - India
Sales and Marketing Office
• C-16, Sector 3, Noida, Uttar Pradesh 201301, India
Website: www.manjulindia.com

Distribution Centres
Ahmedabad, Bengaluru, Bhopal, Kolkata, Chennai,
Hyderabad, Mumbai, New Delhi, Pune

First published as "O Alquimista" in Portuguese by Editora Rocco Ltd

Telugu translation of *The Alchemist* by Paulo Coelho

This edition first published in 2020
Fourth impression 2022

ISBN : 978-93-89647-62-4

Translation by G.R.K. Murthy

Cover design © Laura Beers & Jim Tierney

Printed and bound in India by Repro India Limited

బృహత్కార్యం రహస్యాలు,
ప్రయోజనాలు తెలిసిన రసవాది జే కి:

నిష్కళంకంగా గర్భం దాల్చిన మేరీ,
నిన్ను శరణు వేడిన మాకోసం ప్రార్థించు.

దారిన వెళ్తూ వారు ఒక గ్రామంలో ప్రవేశించారు. మార్తా అనే స్త్రీ జీసస్‌ను తన ఇంటికి ఆహ్వానించింది.

ఆమెకు మేరీ అనే సోదరి ఉన్నది. ఆమె ప్రభువు బోధనలు వింటూ ఆయన పాదాల చెంతనే కూర్చున్నది.

మార్తా మాత్రం అతిధిసత్కార బాధ్యతలలో తీరిక దొరకక కలవర పడింది.

ఆమె ఆయనను సమీపించి ఇలా అడిగింది.

ప్రభూ, నా సోదరి ఆతిధ్య బాధ్యత అంతా నామీద వదిలివేసినందుకు మీకేమీ పట్టదా? నాకు సాయం చేయుమని ఆమెకు చెప్పండి!

ఆమెకు ప్రభువు సమాధానం:

మార్తా, మార్తా నువ్వు పలువిషయాలను గురించి చింతించి హైరాన పడుతున్నావు. మేరీ మాత్రం సవ్యమైన విషయాన్ని ఎంచుకున్నది. ఆమెకు దానిని దూరం చేయకూడదు.

ల్యూక్ 10, 38 -42

తొలిపలుకు

1988 లో మా స్వదేశం బ్రెజిల్‌లో పరుసవేది (దిఆల్కెమిస్ట్) ప్రచురణ అయినప్పుడు ఎవరూ గమనించ లేదు. ఆ పుస్తకం విడుదల అయిన మొదటివారం ఒక్కరు మాత్రమే ఆ పుస్తకం కొన్నారని దేశం ఈశాన్య మూలన ఉన్న ఒక పుస్తక విక్రేత నాతో చెప్పాడు. మరొక కాపీ అమ్మటానికి - అదీ ఆ మొదటి కాపీ కొన్న వ్యక్తికే - ఆ విక్రేతకు ఆరునెలలు పట్టింది. మూడవ కాపీ అమ్మటానికి ఎంతకాలం పట్టిందో ఎవరికీ తెలుసు?

సంవత్సరం తిరిగేసరికి పరుసవేది పసచూపలేదని అందరికీ తెలిసి పోయింది. నాతొలి ప్రచురణకర్త నన్ను వదిలించుకునే ప్రయత్నంలో మా కాంట్రాక్ట్ రద్దు చేశారు. ఈ పథకంలో వాళ్ళు చేతులు దులిపివేసుకొని నాపుస్తకం నాచేతికి ఇచ్చారు. అప్పుడు నా వయసు నలభై ఒకటి. దిక్కుతోచని స్థితికి చేరాను.

కాని ఆ పుస్తకంపట్ల నావిశ్వాసం సడలలేదు. నాదృక్పథం చెదరలేదు. కారణం, అందులో ఉన్నది నేనే- నామనసు, నాఆత్మా అంతా అందులోనే ఉన్నాయి. ఆ పుస్తకం నాసజీవ జీవనానికి ప్రతికృతి. గుప్తనిధుల వేటలో రమణీయమైన అద్భుతస్థలాన్ని కలగంటూ ఒకవ్యక్తిబయలుదేరుతాడు. తను వెతుకుతున్న ఆ నిధి ఇంతకాలమూ తనలోనే ఉన్నదని అతను గ్రహిస్తాడు. నేను నా ఆత్మకథనే అనుసరించాను. రాయగల శక్తి, సామర్థ్యమే నాలోఉన్న ప్రజ్ఞ. ఈ నిధి ప్రపంచంతో పంచుకోవాలనుకున్నాను.

పరుసవేదిలో నేను వ్రాసినట్లుగా మీరు ఏదైనా కావాలనుకుంటే మీకు సాయపడటానికి ఈ విశ్వం అంతా ఏకమవుతుంది. నేను ఇతర ప్రచురణకర్తల తలుపు తట్టటం ఆరంభించాను. ఒక తలుపు తెరుచుకున్నది. ఆ తలుపు వెనక మనిషి నాలోనూ, నాపుస్తకంలోను నమ్మకం ఉంచి 'పరుసవేది'కి మరొక అవకాశం ఇవ్వటానికి ఒప్పుకున్నారు. నోటిమాటతో నిదానంగా మొదలై

పుస్తకం అమ్మకాలు – మూడువేలు, తర్వాత ఆరువేలు, పదివేలు – ఒక్కొకటిగా సంవత్సరంలో పుంజుకున్నాయి.

ఎనిమిదినెలల తర్వాత స్థానిక పుస్తక దుకాణంలో ఒకరు'పరుసవేది' ప్రతి ఒకటి కొన్నారు.ఆయన బ్రెజిల్ దర్శించుతున్న ఒక అమెరికన్ వ్యక్తి.ఆ పుస్తకం అనువాదంచేసి దాని ప్రచురణకు అమెరికాలో ఒక ప్రచురణకర్తను వెతికి నాకు సాయపడాలని ఆయన ఉద్దేశ్యం. దాన్ని అమెరికన్ పాఠకులకు అందించటానికి హార్పర్ కొలిన్స్ సమ్మతించారు. వారు ఎంతో ప్రచారం చేసి – న్యూయార్క్ టైమ్స్, ఇంకా పలుకుబడిగల పత్రికలలో ప్రకటనలు, రేడి-యో, టెలివిషన్లలో ఇంటర్వ్యూలు – ఆ పుస్తకం విడుదల చేశారు. కాని బ్రెజిల్ లో లాగానే అమెరికాలో కూడా నోటిమాటతోనే ప్రచారం పొంది ఆ పుస్తకం అమ్మకాలు నిదానంగా సాగాయి. అప్పుడు ఒకనాడు చేతిలో ఆ పుస్తకంతో బిల్ క్లింటన్ స్వేతసౌధం నించి బయటికి వస్తున్న ఫోటో ఒకటి ప్రచురణ అయింది. ఆ తర్వాత మడోనా ఆపుస్తకాన్ని గురించి వానిటీ ఫేయిర్ లో 'ఇంతలు ఇంతలు ..'గా వ్రాసింది. అంతే – జీవితంలో అన్ని బాటలనించీ – రష్ లిమ్బో, విల్ స్మిత్ నించి కాలేజ్ స్టూడెంట్లు, సోకర్ మాంల వరకు– అందరూ ఆ పుస్తకాన్ని గురించి మాట్లాడటం మొదలు పెట్టారు.

'పరుసవేది' హఠాత్తుగా ఒక సజీవ దైవఘటన అయి కూర్చున్నది. న్యూయార్క్ టైమ్స్ బెస్ట్ సెల్లర్స్ జాబితాలోకి ఎక్కింది. ఏ రచయితకైనా రచనా-జీవనంలో అది ఒక మైలురాయి. అక్కడికి చేరటమేకాదు అక్కడ నాలుగు వందల వారాలకు పైగా తిష్ఠ వేసింది. ఎనభైకి పైగా వివిధభాషలలోకి అనువాదం అయింది. ఈనాటి రచనలలో అత్యధికంగా అనువాదం అయిన పుస్తకం. ఇరవయ్యవ శతాబ్దంలోని పది అత్యుత్తమ పుస్తకాలలో ఒకటిగా పేరుపొందింది.

'పరుసవేది' ఇంత మహత్తరమైన విజయం సాధిస్తుందని నాకు తెలుసా అని చాలామంది ఇప్పటికీ అడుగుతూ ఉంటారు. 'తెలియదు' అనేదే అందుకు జవాబు. నాకు ఆ ఊహే రాలేదు. ఎలా వస్తుంది? నేను'పరు-సవేది' రచనకు కూర్చున్నపుడు నాకు తెలిసిందల్లా నా అంతర్యాన్ని గురించి రాయదలుచు కున్నాననే. నాలో నిక్షిప్తమై ఉన్న నిధి అన్వేషణను గురించి రాయాలనుకున్నాను. శకునాలు అంటే భగవంతుడి భాష కనుక,శకునాలను అనుసరించాలని అనుకున్నాను.

'పరుసవేది' రచన జరిగి చాలా సంవత్సరాలు అయినా అది పురావస్తుశాల సరుకు కాదు. నా మనసు, ఆత్మ వలెనే అది ఈనాటికీ సజీవంగా ఉన్నది. ఎందుకంటే అందులో నా మనసు, నా ఆత్మా ఉన్నాయి. నా మనసు, నాఆత్మలే మీమనసు, మీఆత్మ. మీలోని నిధులు వెతుకుతున్న శాంటియాగో మీరు. అలాగే నాలోని నిధులు వెతుకుతున్న గొర్రెలకాపరి శాంటియాగోను నేనే. ఒక మనిషి కథ ప్రతిఒక్కరి కథ అవుతుంది. ఒకవ్యక్తి దేనిని అన్వేషించుతున్నాడో మానవాళి అంతా అదే అన్వేషించుతున్నది. కనుకనే ఇన్ని సంవత్సరాల తర్వాతకూడా 'పరుసవేది' విభిన్న సంస్కృతుల ప్రజలలో - ఐహికంగా, ఆధ్యాత్మికంగా, నిష్పక్షపాతంగా అందరిలోనూ సమానంగా - ప్రతిధ్వనించుతున్నది.

'పరుసవేది' నేను క్రమం తప్పకుండా మళ్ళీమళ్ళీ చదువుతూ ఉంటాను. చదివిన ప్రతి ఒక్కసారీ నేను అది వ్రాసినప్పుడు కలిగిన అనుభూతులే అనుభూతి చెందుతూ ఉంటాను. నా అనుభూతి ఇదీ. అందులో నేను నిండి ఉన్నాను. నాతో బాటు మీరూ అందులో నిండి ఉన్నారు. నాకు అదే ఆనందం. నేను ఎన్నటికీ ఏకాకిని కాను అని నాకుతెలుసు. అదే నా ఆనందం. నేను ఎక్కడికి వెళ్ళినా ప్రజలు నన్ను అర్థం చేసుకుంటారు. నా ఆత్మను అర్థం చేసుకుంటారు. అదే నాలోని ఆశకు మూలం. ఈ ప్రపంచంలో రాజకీయ ఘర్షణలు, ఆర్థిక ఘర్షణలు, సాంస్కృతిక ఘర్షణలను గురించి చదువుతున్నపుడు అవసరమైన వంతెనలు కట్టడం మనచేతిలో ఉన్నపని అని నాకు గుర్తువస్తూ ఉంటుంది. నా పొరుగు వ్యక్తి నా మతాన్నీ, నా రాజకీయాన్నీ అర్థం చేసుకోకపోయినా నా కథ అర్థం చేసుకోగలరు. అప్పుడు ఆయన నాకు ఎన్నడూ దూరంకాలేరు. ఆ సేతువు కట్టడం నాచేతిలో ఉన్నపని.రాజీకి సదా అవకాశం ఉన్నది. ఏదో ఒకనాడు ఆయన, నేను కలిసి కూర్చొని మా ఘర్షణల చరిత్రకు భరతవాక్యం పలకగలం. అప్పుడు ఆనాడు ఆయన తన కథ నాకు చెప్తారు, నాకథ ఆయనకు నేను చెప్తాను.

పాలో కొల్హో, 2018

మార్గరెట్ జుల్ కోస్టా అనువాదం

ప్రస్తావన

ర సవాది ఒక పుస్తకం తీసుకున్నారు. అది ఎడారులలో ఎవరో కొన్న పుస్తకం. పేజీలు తిరగేస్తూ ఆయన నార్సిసస్ గురించిన కథ చూశారు.

నార్సిసస్ ఇతిహాసం ఆయనకు తెలుసు. తన అందాన్ని చూసుకోవటానికి రోజూ అతను సరస్సు ఒడ్డున కూర్చొని నీటిలోకి చూస్తూ ఉండేవాడు. తన అందంతో తన్మయుడు అయిపోయి ఒక ఉదయం అతను సరస్సులో పడి చనిపోయాడు.అతను పడిన చోట ఒక పువ్వు పూసింది. దాని పేరే నార్సిసస్.

కానీ ఈ పుస్తక రచయిత ఆ కథను అలా ముగించలేదు.

ఆయన కథలో నార్సిసస్ చనిపోయినప్పుడు అడవి దేవత ప్రత్యక్షమై మంచి నీటితో ఉన్న ఆ సరస్సు ప్రస్తుతం ఉప్పని కన్నీళ్ళ సరస్సుగా మారి పోయిందని తెలుసుకున్నది.

"నువ్వు ఎందుకు ఏడుస్తున్నావు?" ఆ దేవతలు అడిగారు.

"నేను నార్సిసస్ కోసం ఏడుస్తున్నాను." సరస్సు జవాబు.

"నువ్వు నార్సిసస్ కోసం ఏడుస్తున్నావు అంటే ఆశ్చర్యం లేదు." వారు అన్నారు. " మేమంతా అతని వెనుకనే తిరుగుతున్నా కూడా, అతని అందాన్ని దగ్గరిగా చూచి ఆనందించ గలిగింది నువ్వు ఒక్కదానివి మాత్రమే."

"అంటే... నార్సిసస్ అందంగా ఉండేవాడా?" సరస్సు అడిగింది.

"ఆ విషయం నీకంటే బాగాతెలిసినవారు ఇంకెవరు ఉన్నారు?" దేవతలు ఆశ్చర్యంతో అన్నారు. " అతను ప్రతిరోజు నీ ఒడ్డున కూర్చొనే తన అందం చూసుకునేవాడు కదా!"

సరస్సు కొంచెం సేపు మౌనం దాల్చింది. చివరికి:

"నేను నార్సిసస్ కోసం ఏడుస్తున్న మాట నిజమే. కానీ నార్సిసస్ అంతఅందంగా ఉంటారని నేను ఎన్నడూ గమనించలేదు. నా ఒడ్డున అతను

తొంగిచూస్తున్న ప్రతిసారీ అతని కళ్ళలో ప్రతిఫలిస్తున్న నా అందాన్ని చూసుకునే దాన్ని."

"ఎంత మంచి కథ!" రసవాది ఆలోచన.

క్లిఫోర్డ్ ఇ. లాండర్స్ అనువాదం.

మొదటి భాగం

ఆ కుర్రవాడి పేరు శాంటియాగో. అతను తన గొర్రెలమందతో ఒక పాడుబడిన చర్చి దగ్గరికి చేరాడు. పై కప్పు చాలాకాలం క్రితమే కూలిపోయింది. ఒకనాటి పవిత్రమైన చర్చి స్థానంలో ఇప్పుడు పెద్ద రావిచెట్టు ఒకటి పెరిగింది. అప్పుడే చీకటి పడబోతున్నది.

ఆ రాత్రి అక్కడే గడపాలని అతను నిర్ణయించుకున్నాడు. విరిగిపోయిన గేటులోనుంచి గొర్రెలు అన్నిటితో లోపలికి వెళ్ళాడు. రాత్రిపూట అవి మళ్లీ బయటికి వెళ్లకుండా కొన్ని కర్రలు అడ్డం పెట్టాడు. అక్కడ తోడేళ్లు లేవు. ఒకసారి ఒక గొర్రె రాత్రిపూట తప్పించుకు వెళ్ళింది. దానిని వెతకటానికి అతను మర్నాడు రోజంతా గడపవలసి వచ్చింది.

తన జాకెట్‌తో నేల ఊడ్చాడు. తను చదివి అప్పుడే పూర్తి చేసిన పుస్తకం ఒకటి తలకింద దిండుపెట్టుకొని పడుకున్నాడు. తను ఇంకా పెద్దపుస్తకాలు చదవాలి అని తనకుతానే చెప్పుకున్నాడు. అది చదవడానికి ఎక్కువసేపు పడుతుంది. అవి పెద్దదిండ్లుగా కూడా ఉపయోగపడతాయి.

అతను మేలుకున్నప్పుడు ఇంకా చీకటిగానే ఉన్నది. సగం విరిగిన కప్పులోనుంచి నక్షత్రాలు దర్శనమిస్తున్నాయి.

నేను ఇంకా కొంచెంసేపు నిద్ర పోదామనుకున్నాను- అని అతని ఆలోచన. ఒకవారం క్రితం వచ్చిన కలే అతనికి ఆరాత్రికూడా వచ్చింది. కానీ ఆ కల ముగియకుండానే అతనికి మెలుకువొచ్చింది.

అతను లేచాడు. తనకొంకికర్రతో నిద్రపోతున్న గొర్రెలను లేపాడు. తను లేవగానే దాదాపు గొర్రెలు అన్నీ కదలటం మొదలు పెట్టాయని అతను గమనించాడు. తిండి, నీళ్ళు వెతుకుతూ రెండు సంవత్సరాలనుంచి వాటితో ఊళ్లుపట్టి తిరుగుతున్నాడు. "అవి నాకు బాగా అలవాటు పడిపోయాయి.

నా కార్యక్రమం వాటికి తెలుసు." తనలో తనే గొణుక్కున్నాడు. ఒక్క క్షణం ఆలోచించి దానికి విపర్యయం కూడా కావచ్చు - వాటి కార్యక్రమానికి తను అలవాటు పడిపోయాడు - అని గ్రహించాడు.

వాటిలో కొన్ని కొంచెం ఆలస్యంగా లేస్తాయి. ఆ కుర్రవాడు వాటిని ఒక్కొక్క దానిని పేరుతో పిలుస్తూ తన కర్రతో వాటిని పొడవ సాగాడు. తను చెప్పేది ఆ గొర్రెలు అర్థం చేసుకుంటాయి అని అతని నమ్మకం. కనుక అప్పుడప్పుడు పుస్తకంలో తనకు నచ్చిన భాగాలను గట్టిగాచదివి వాటికి వినిపించేవాడు. లేకపోతే ఈ పొలాలలో గొర్రెల కాపరి ఏకాంతాన్ని గురించి, సంతోషాన్ని గురించి వాటికి చెప్పేవాడు. అప్పుడప్పుడు పల్లెటూళ్లలో తను చూసిన విషయాలను గురించి వాటికి చెప్పేవాడు.

కానీ గత కొన్ని రోజులుగా అతను వాటికి ఒకే విషయం చెబుతున్నాడు: ఒక అమ్మాయిని-తాము సుమారుగా నాలుగు రోజుల్లో చేరబోయే గ్రామంలో ఉన్న వ్యాపారి కుమార్తె - గురించి. ఆ ఊరికి అతను ఒక్కసారి మాత్రమే, ఒక సంవత్సరం క్రితం, వెళ్ళాడు. ఆ వ్యాపారి ఎండు వస్తువుల దుకాణం యజమాని. మోసపోయే అవకాశం లేకుండా గొర్రెలఉన్ని తనఎదుటనే వల వాలని పట్టుపట్టేవాడు. ఆ కుర్రవాడికి ఆ దుకాణం గురించి ఒక స్నేహితుడు చెప్పాడు. కనుక అతను తన గొర్రెలను అక్కడికి తీసుకు వెళ్ళాడు.

* * *

వ్యాపారితో "నేను ఉన్ని అమ్ముతాను." అన్నాడు ఆ కుర్రవాడు.

దుకాణం రద్దీగా ఉన్నది. మధ్యాహ్నందాకా ఆగాలని ఆవ్యాపారి గొర్రెల కాపరికి చెప్పాడు. ఆ కుర్రవాడు దుకాణం మెట్లమీద కూర్చుని తన సంచీలోంచి ఒకపుస్తకం తీశాడు.

"గొర్రెల కాపర్లు చదవగలరు అని నాకు ఇంతవరకు తెలియదు." అతని వెనక నుంచి ఒక బాలిక స్వరం వినిపించింది.

ఆ బాలిక ఆండలూసియా ప్రాంతానికి చెందిందని వేరే చెప్పనక్కర్లేదు జలపాతంలాగా వెనకకు జారిపడుతున్న నల్లటి జుట్టు, లీలగా మూర్ విజేతల ను గుర్తుకు తెచ్చే ఆమె కళ్ళు.

"మామూలుగా నేను పుస్తకాలలోకంటే నా గొర్రెల దగ్గరనే ఎక్కువ నేర్చుకుంటాను" అతని జవాబు. ఆ తర్వాత వాళ్లు ఇద్దరూ రెండు గంటల

సేపు మాట్లాడుకున్నారు. తను ఆ వ్యాపారస్తుడి కూతురినని అతనికి చెప్పింది. ఆ గ్రామంలో జీవితాన్ని గురించి చెప్పింది. అక్కడ ప్రతిరోజూ మిగతా రోజులలాగానే ఉంటుంది. గొర్రెల కాపరి ఆన్డలూసియా ప్రాంత గ్రామజీవితాన్ని గురించి ఆమెకు చెప్పాడు. తను ఎక్కడెక్కడ మకాం చేశాడో ఆ గ్రామాలను గురించి చెప్పాడు. గొర్రెలతో మాట్లాడడం కంటే అతనికి ఇది ఎంతో నచ్చింది.

"నువ్వు చదవటం ఎలా నేర్చుకున్నావు?" మధ్యలో అమ్మాయి అడిగింది.

"అందరిలాగానే." అతను అన్నాడు."స్కూల్లో."

"మరి నీకు చదవడం వస్తే, గొర్రెలు ఎందుకు కాస్తున్నావు?"

ఆమె ప్రశ్నకు సమాధానం చెప్పకుండా తప్పించుకోవటానికి అతను ఏదో గొణిగాడు. ఆ అమ్మాయికి ఎన్నటికీ అర్థం కాదని అతనికి తెలుసు. అతను తన ప్రయాణాలను గురించి కథలు చెప్పాడు. ఆమె కళ్ళు ఆశ్చర్యంతో, భయంతో విప్పారాయి. సమయం గడుస్తూ వుంటే అతనికి ఈరోజు ముగియకుండా ఉంటే ఎంతో బాగుంటుంది అనిపించింది. ఆ అమ్మాయి తండ్రి బిజీగా ఉండి తనను ఇంకా మూడురోజులు కాచుకు కూర్చోమంటే ఇంకా బాగుంటుంది అనిపించింది. అతనికి అంతకుముందు ఎన్నడూ కలగని అనుభూతి ఏదో కలుగుతున్నది. ఎప్పటికీ ఒకేచోట ఉండాలనే కోరిక కలిగింది. నల్లటిజుట్టు ఉన్న ఆఅమ్మాయితో కలిసిఉంటే తన జీవితమే మారిపోతుంది.

కానీ చివరికి ఆ వ్యాపారి రానేవచ్చాడు. నాలుగు గొర్రెల ఊలు కత్తిరించు మన్నాడు. ఆ ఊలుకు డబ్బులు ఇచ్చాడు. ఆ తర్వాత మరుసటి సంవత్సరం తిరిగి రమ్మన్నాడు.

* * *

మళ్లీ నాలుగు రోజులలోనే అతను అదే గ్రామానికి తిరిగి వచ్చాడు. అతను ఉత్సాహంగా ఉన్నాడు కానీ కొంచెం ఇరకాటంలో కూడా ఉన్నాడు. ఆ అమ్మాయి ఈపాటికి తనను మర్చిపోయిందేమో. ఊలు అమ్ముకోవడానికి అనేకమంది గొర్రెల కాపరులు ఈ దారిన వెళుతూ ఉంటారు.

"ఫర్వాలేదు." అతను తన గొర్రెలతో అన్నాడు. "ఇతర చోట్ల నాకు ఇంకా చాలామంది అమ్మాయిలు తెలుసు."

కానీ ఫరవాఉన్నదని అతని గుండెకు తెలుసు. నావికులలాగా లేదా ఊరూరా తిరిగి అమ్ముకుండే విక్రయదారులలాగా గొర్రెల కాపరులు కూడా

ఒకఊరికి అంటుకుపోతారు. అక్కడ వారికి లెక్కలేని తిరుగుడులోని ఆనందాన్ని మరిపింపచేసే వ్యక్తి ఎవరో ఉంటారు.

తెల్లవారుతున్నది. గొర్రెల కాపరి తన గొర్రెలను సూర్యుడు ఉదయిస్తున్న దిక్కుగా తోలసాగాడు. అవి ఎప్పుడూ ఏ నిర్ణయాలూ చేయనక్కర్లేదు - అది అతని ఆలోచన. కనుకనేనేమో అవి ఎప్పుడూ తనను అంటిపెట్టుకొని ఉంటాయి.

వాటికి కావలసిందల్లా మేత, నీళ్లు. ఆ కుర్రవాడు ఆన్డలూసియాలో గడ్డిమేటలు కనుక్కో గలిగినంత కాలం అవి అతనితో స్నేహం చేస్తాయి. వాటికి అన్నిరోజులూ ఒకటే. సూర్యోదయానికి సూర్యాస్తమయానికి మధ్య సమయం అంతులేని కథలా తోస్తుంది. జీవితంలో అవి ఎన్నడూ ఒక పుస్తకం చదివి ఎరుగవు. ఆ కుర్రవాడు ఇతర ఊళ్లను గురించి చెబుతుంటే వాటికి ఏమీ అర్థం కాదు. కావలసినంత తిండి, నీళ్లు దొరికితే వాటికి తృప్తి. అందుకు బదులుగా అవి తమ ఊలు, తమ సహవాసం, కొండొకచో తమ మాంసము ఉదారంగా ఇస్తాయి.

నేనొక ఒక రాక్షసుణ్ణి అయి వాటిని ఒకదాని తర్వాత ఒకదానిని చంపుతూ ఉంటే దాదాపు అన్నీ చనిపోయిన తర్వాతనే వాటికి ఆ విషయం తెలుస్తుంది - ఇది ఆ కుర్రవాడి ఆలోచన. వాటి పోషణకు దారిచూపుతాను కనుక అవి నన్ను నమ్ముతాయి. వాటి సహజ ప్రవృత్తిని నమ్మటం అవి మర్చిపోయాయి.

తన ఆలోచనలకు ఆ కుర్రవాడికి ఆశ్చర్యం వేసింది. చర్చిలో రావి చెట్లు పెరుగుతున్నాయి. ఇక్కడ భూతాలు, పిశాచాలు ఏమైనా తిరుగుతున్నాయేమో. తనకు అదే కల రెండోసారి వచ్చింది. దానికి తోడు నమ్మకమైన తన సహచరుల మీద తనకు కోపం తెప్పిస్తుంది. గతరాత్రి భోజనంలో మిగిలిన వైన్ కొంచెం సేవించాడు. తన జాకెట్ ఒంటికి దగ్గరగా లాక్కున్నాడు. కొద్ది గంటల్లో సూర్యుడు నడినెత్తికి ఎక్కుతాడు. అప్పుడు ఎండవేడి దుర్భరంగా ఉంటుంది. అప్పుడు తన మందను గడ్డిబీళ్ల మధ్య నడిపించ లేడు. వేసవి కాలం. ఆ సమయంలో స్పెయిన్ అంతా నిద్రలో ఉంటుంది. చీకటి పడేవరకు ఆవేడి అలానే ఉంటుంది. అంతసేపు అతను తన జాకెట్ మోసుకు వెళ్ళాలి. అది మోతబరువు అని అనుకుంటూ ఉండగా, తను ఆ జాకెట్టు వల్లనే తెల్లవారుజామున చలి తట్టుకోగలుగుతున్నాడు అని గుర్తుకు వచ్చింది.

మార్పులకు మనం సిద్ధంగా ఉండాలి – అతని ఆలోచన. తన జాకెట్ బరువు, అది ఇచ్చే వెచ్చదనానికి అతనిలో కృతజ్ఞత మెదిలింది.

ఆ జాకెట్ కు ఒక పరమార్థం ఉన్నది. అలాగే ఆ కుర్రవాడికికూడా ఒక పరమార్థం ఉన్నది. అతని జీవిత పరమార్థం ప్రయాణం చేయటమే. ఆన్డలూషియా ప్రాంతంలో రెండు సంవత్సరాలు తిరిగిన అతనికి అక్కడి గ్రామాలుఅన్నీ తెలిశాయి. సామాన్యుడైన ఒక గొర్రెల కాపరి చదవటం ఎలా నేర్చుకున్నాడో ఈసారి ట్రిప్ లో ఆ అమ్మాయికి చెప్పాలని అతని ఊహ. పదహారేళ్ళ వయసు వచ్చిన దాకా అతను ఒక ఆశ్రమంలో చదువుకున్నాడు. తను ఒక ప్రీస్ట్ అయి, ఒక సామాన్య రైతుకుటుంబానికి గర్వకారణం కావాలి, అని తన తల్లిదండ్రుల కోరిక. ఈ గొర్రెలలాగానే కేవలం తిండి, నీటి కోసం వారు చాలా కష్టపడి పనిచేశారు. తను లాటిన్, స్పానిష్, ధర్మశాస్త్రం చదివాడు. కానీ ఈ ప్రపంచాన్ని గురించి తెలుసుకోవాలి అనేది చిన్ననాటి నుంచి అతని కోరిక. దేవుడిని గురించి, మనిషి పాపాలను గురించి చదవటంకంటే ఇది అతనికి చాలాముఖ్యంగా తోచింది. తన కుటుంబాన్ని కలుసుకున్న ఒక మధ్యాహ్నం ధైర్యం కూడగట్టుకొని, తనకు ప్రీస్ట్ అవటం ఇష్టం లేదని, తను దీర్ఘ యాత్రలు చేయదలుచు కున్నాననీ తండ్రికి చెప్పాడు.

* * *

"ప్రపంచం నలుదిక్కుల నుంచి జనం ఈ ఊరికి వచ్చి వెళ్లారు నాయనా." అతని తండ్రి అన్నాడు. "వారు కొత్త విషయాలు ఏవో శోధించుతూ ఇక్కడికి వస్తారు. కానీ వారు వచ్చినప్పుడు ఎలా ఉన్నారో వెళ్ళేటప్పుడు కూడా అలాగే ఉన్నారు. కోట చూడటానికి వారు కొండ ఎక్కుతారు. కానీ దిగి వచ్చేసరికి ఇప్పటికంటే గతమే మేలుగా ఉండేదని వారి ఆలోచన. వారి జుట్టు ఎర్రగా ఉంటుంది. చర్మం నల్లగా ఉంటుంది. కానీ ముఖ్యంగా వారుకూడా ఇక్కడ నివసించే వారివంటి వారే."

"కానీ నాకు వారు నివసించే గ్రామాలలో కోటలు చూడాలని ఉంది." ఆ కుర్రవాడు తనమనసులో మాట చెప్పాడు.

"వారు మన ప్రాంతం చూసినప్పుడు ఇక్కడే ఉండి పోవాలి అనిపిస్తుంది అంటారు." తండ్రి అన్నాడు.

"కావచ్చు. కానీ నాకు వారి ప్రాంతం, వారి జీవనవిధానం చూడాలని ఉంది." కొడుకు సమాధానం.

"ఇక్కడికి వచ్చే వారంతా డబ్బు ఉన్నవారు. ప్రయాణాల మీద ఖర్చు పెట్టగల స్తోమతు ఉన్నవారు." అతని తండ్రి అన్నారు. "మనలో గొర్రెల కాపర్లు మాత్రమే ప్రయాణాలు చేస్తారు."

"అయితే నేను గొర్రెల కాపరి అవుతాను."

అతని తండ్రి ఇంక ఏమీ మాట్లాడలేదు. మర్నాడు ఆయన ఒక చిన్నసంచీ ఇచ్చాడు. అందులో మూడు స్పానిష్ బంగారు నాణేలు ఉన్నాయి.

"ఇవి నాకు పొలాలలో దొరికాయి. నీకు వీటిని వారసత్వంగా ఇద్దామనుకున్నాను. వీటితో గొర్రెల మందను కొనుక్కో. గడ్డి భూముల వెంట వెళ్ళు. ఏదో ఒకనాడు మనగ్రామమే అన్నిటికంటే మేలైనదని, మన ఆడవాళ్లే అందరికంటే అందమైనవాళ్లని తెలుసుకుంటావు."

ఆయన కుర్రవాడిని ఆశీర్వదించాడు. తనకు కూడా శక్తి ఉంటే ప్రయాణం చేయాలి అనే కోరిక తండ్రి కళ్ళల్లో ఆ కుర్రవాడు గమనించాడు. ఆ కోరిక ఆయనలో ఇంకా సజీవంగా ఉన్నది. తినడానికి ఆహారం, తాగడానికి నీటి కోసం అవస్థ పడుతూ, జీవితంలో ప్రతిరాత్రి ఒకేచోట నిద్రపోతూ ఆయన తన కోరికను సమాధి చేయవలసి వచ్చింది.

* * *

నింగీ, నేల కలిసేచోట ఆకాశం ఎర్రబారింది. హఠాత్తుగా సూర్యుడు దర్శనమిచ్చాడు. ఆ కుర్రవాడు తన తండ్రితో జరిగిన సంభాషణ నెమరు వేశాడు. అతనికి సంతోషం వేసింది. అప్పటికే అతను చాలా కోటలు చూశాడు. చాలామంది స్త్రీలను కలిశాడు.(కానీ తనకోసం కాచుకుని ఉన్న ఆమెతో ఎవరూ సరిపోలరు). అతని సొంతానికి ఒక జాకెట్ ఉన్నది. మారుబేరానికి అనువుగా ఒక పుస్తకం ఉన్నది. వాటికితోడు ఒక గొర్రెలమంద ఉన్నది. కానీ అన్నిటికంటే ముఖ్యంగా అతను తను కలగన్న జీవితం సాధించ గలుగుతున్నాడు. ఈ ఆన్డలూసియాబీళ్ళతో విసుగు పుట్టితే, తన గొర్రెలను అమ్మివేసి సముద్ర ప్రయాణం చేయవచ్చు. సముద్ర ప్రయాణం చాలు అనిపించేసరికి తను ఇతరనగరాలు, ఇతరస్త్రీలు, ఆనందానికి ఇంకా అవకాశాలు తెలుసుకుంటాడు.

సూర్యోదయం చూస్తూ, తను అక్కడే పాఠశాలలో ఉంటే దేవుడు కనపడేవాడు కాదు, అనుకున్నాడు.

వీలైనప్పుడల్లా అతను ఒక కొత్త బాటన నడిచాడు. ఆ ప్రాంతాల్లో చాలాసార్లు తిరిగినా, అతను ఆ పాడుబడిన చర్చికి ఎన్నడూ రాలేదు. ఈ ప్రపంచం విశాలం, అనంతం. తన గొర్రెలను వాటిదారిన వాటిని వదిలితే, తనకు కొత్త కొత్త విషయాలు తెలుసుకునే అవకాశం కలుగుతుంది. విచిత్రం ఏమిటంటే ప్రతిరోజూ ఒక కొత్త దారిన నడుస్తున్నట్లు వాటికి తెలియను కూడా తెలియదు. ఈ బీళ్ళు కొత్తవి అని, ఋతువులు మారుతున్నాయని అవి గమనించలేదు. వాటికి కావలసిందల్లా తిండి, నీళ్లు.

బహుశా మనము అందరము అంతేనేమో – అతనికి అనిపించింది. నేను కూడా – ఆ వ్యాపారి కుమార్తెను కలుసుకున్న తర్వాత ఇతర స్త్రీలను గురించి ఆలోచించలేదు. సూర్యుడిని చూసి మధ్యాహ్నం లోపల తను తరీఫా చేరగలడు అనుకున్నాడు. అక్కడ తన పుస్తకం మార్చి మరొక భారీ పుస్తకం తీసుకుంటాడు. మదిరాపాత్ర నింపుకుంటాడు. తలపని చేయించుకొని, గడ్డం చేసుకుంటాడు. ఆ అమ్మాయిని కలుసుకోవడానికి తను తయారుకావాలి. తనకంటే ముందు మరింత పెద్దగొర్రెలమందతో మరొక గొర్రెలకాపరి వచ్చి ఆమె సాహచర్యం అడిగి ఉంటారు అనే సంభవాన్ని గురించి అతను ఆలోచించ దలుచుకోలేదు.

కలలు నిజం కావటమే జీవితంలో ఆసక్తికరమైన విషయం అని అతని ఆలోచన. ఒకసారి సూర్యుడు ఎక్కడ ఉన్నాడో గమనించి నడకవేగం పెంచాడు. తరీఫాలో కలలకు అర్థం చెప్పే ఒక ముసలావిడ ఉన్నది అని అతనికి హఠాత్తుగా గుర్తు వచ్చింది.

* * *

ఆ ముసలావిడ ఆ కుర్రవాడిని తన ఇంటివెనుక ఉన్న ఒక గదికి తీసుకువెళ్ళింది. ముందరి గదికి, వెనక గదికి మధ్య రంగు పూసలతెర ఒకటి వేలాడుతున్నది. ఆగదిలో సామాను ఒక బల్ల, జీసస్ పవిత్ర హృదయం, రెండు కుర్చీలు.

ఆ స్త్రీ తాను కూర్చొని అతనినికూడా కూర్చోమని చెప్పింది. అప్పుడు అతని రెండుచేతులూ తన చేతుల్లోకి తీసుకొని మౌనంగా ప్రార్థించటం మొదలు పెట్టింది.

అది ఒక జిప్సీ ప్రార్థనలాగా ధ్వనించింది. ఆ కుర్రవాడికి అప్పటికే జిప్సీలతో మార్గంలో అనుభవం ఉన్నది. వాళ్లుకూడా తనలాగే ప్రయాణిస్తూ ఉండేవారు. కాకపోతే వారికి గొర్రెలమందలు లేవు. జిప్సీలు ఎదుటివారి ని మోసంచేసి జీవిస్తారని అంటారు. వారికి పిశాచాలతో ఏదో ఒప్పందం ఉన్నదని వదంతి. వాళ్లు చిన్నపిల్లలను ఎత్తుకుపోయి తమబానిసలుగా చేసుకుంటారని మరొక పుకారు. ఆ కుర్రవాడికి తనను ఎవరైనా జిప్సీలు ఎత్తుకుపోతారేమో అని చిన్నప్పుడు విపరీతమైన భయం ఉండేది. ఆవిడ అతని చేతులు తన చేతుల్లోకి తీసుకున్నపుడు ఆ కుర్రవాడిలో చిన్ననాటి భయం తిరిగి తలెత్తింది.

కానీ అక్కడ జీసస్ పవిత్రహృదయం ఉన్నది కదా అని అతను తననుతాను సమాధాన పరుచుకున్నాడు. తనచేతులు వణికి తను భయపడుతున్నట్లు ఆ ముసలావిడకి తెలియకూడదు అని అతని భావన. అతను మౌనంగా 'అవర్ ఫాదర్' (మనతండ్రి) ప్రార్థన ఒకటి జపించాడు.

"చాలా విచిత్రంగా ఉన్నది." అన్నది ఆ ముసలావిడ. ఆ కుర్రవాడి చేతులు కన్నార్పకుండా చూస్తూ ఆవిడ మౌనం వహించింది.

ఆ కుర్రవాడు భయపడసాగాడు. అతని చేతులు వణుకు తున్నాయి. ఆ విషయం ఆ ముసలావిడ గ్రహించింది. అతను వెంటనే తన చేతులు లాగేసుకున్నాడు.

"మీ చేత హస్తసాముద్రికం చెప్పించుకోవటానికి నేను ఇక్కడికి రాలేదు." అన్నాడు అతను. అక్కడికి రావడం పొరపాటు అయిందని విచారి స్తున్నాడు. తనకు రోజూ వచ్చే కలను గురించి అనవసరంగా ఆలోచిస్తున్నాడు అనిపించింది. ఆవిడ ఫీజు ఇచ్చేసి ఏమీ చూపించ కుండానే వెళ్ళిపోదాం అని ఒక్క క్షణం అనిపించింది.

"నీ కలలను గురించి తెలుసుకోవటానికేకదా నువ్వు ఇక్కడికి వచ్చింది?" ఆ ముసలావిడ అన్నది. "కలలు అంటే దేవుడి భాష. ఆయన మనభాషలో మాట్లాడితే ఆయన చెప్పినది ఏమిటో నీకు అర్థం చెప్పగలను. కానీ ఆయన అంతరాత్మ భాషలో మాట్లాడితే అది నీకు ఒక్కడికే అర్థం అవుతుంది. ఏది ఏ మైనా సరే నా సలహాకు నువ్వు ఫీజు చెల్లించుకోవాలి."

ఇది ఇంకొక కుయుక్తి అని ఆ కుర్రవాడి ఆలోచన. ఏమైతే అదే అవుతుందని అతను దూకటానికే నిశ్చయించుకొన్నాడు. తోడేళ్లకు, కరువు

కాటకాలకు భయపడి గొర్రెల కాపరి పారిపోడు. అందులోనే ఉన్నది గొర్రెల కాపరి జీవితం మజా.

"అదే కల నాకు రెండుసార్లు వచ్చింది." అతను చెబుతున్నాడు. "నేను గొర్రెలతో బీళ్ళలో ఉన్నప్పుడు ఒక చిన్నపిల్లవాడు నా గొర్రెలతో ఆడుకోసాగాడు. గొర్రెలకు కొత్తవాళ్లు అంటే భయం. అందుకే ఎవరైనా అలా చేస్తే నాకు నచ్చదు. కానీ చిన్న పిల్లలు మాత్రం వాటిని భయ పెట్టకుండా వాటితో వాడుకోగలరు. అది ఎలాగో నాకు తెలియదు. జంతువులకు మనుషుల వయసు ఎలాతెలుస్తుందో నాకు అర్థంకాదు."

"నీ కలలను గురించి ఇంకా చెప్పు." అన్నది ఆ స్త్రీ. "నేను వెళ్లి వంట చేసుకోవాలి. నీ దగ్గర డబ్బు కూడాలేదు. కనుక మీతో ఎక్కువసమయం గడపలేను."

"ఆ చిన్నారి నా గొర్రెలతో చాలాసేపు ఆడింది." ఉద్విగ్నం అయిన ఆ కుర్రవాడు చెప్పసాగాడు. " హఠాత్తుగా ఆ చిన్నారి నా రెండుచేతులూ పట్టుకొని నన్ను ఈజిప్ట్ లో పిరమిడ్స్ దగ్గరికి చేరవేసింది."

ఈజిప్ట్ అంటే ఆ ముసలావిడకు తెలుసా లేదా అని గమనించడానికి అతను ఒకక్షణం ఆగాడు. కానీ ఆమె ఏమీ మాట్లాడలేదు.

"అప్పుడు ఈజిప్ట్ పిరమిడ్స్ దగ్గర" – ఆ ముసలావిడకు సరిగా అర్థం కావాలని చివరి మూడు మాటలు చాలా నిదానంగా చెప్పాడు – "ఇక్కడికివస్తే నీకు గుప్తనిధులు లభించుతాయి." సరిగ్గా ఆమె ఆ నిధులు ఎక్కడఉన్నాయో చూపించపోయే క్షణానికి నాకు మెలకువ వచ్చింది. రెండుసార్లు అలాగే జరిగింది."

ఆవిడ కొన్ని క్షణాలు మౌనం వహించింది. అప్పుడు ఆమె అతని చేతులు తీసుకొని మళ్లీ వాటిని జాగ్రత్తగా గమనించింది.

"నువ్వు ఇప్పుడు నాకు ఏమీ ఇవ్వనక్కర్లేదు." ఆమె అన్నది. " కానీ నీకు ఆ నిధి దొరికితేమాత్రం నాకు అందులో పదోవంతు ఇవ్వాలి."

ఆ కుర్రవాడు సంతోషంగా నవ్వాడు. గుప్తనిధిని గురించి తనకు కల వచ్చిన కారణంగా తనదగ్గర ఉన్న కాస్తసొమ్ము దక్కింది!

"ఇంతకూ ఆ కలకు అర్థం ఏమిటో చెప్పు ముందర." అన్నాడు అతను.

"మొదట నువ్వు నాకు మాటఇవ్వు. నేను చెప్పబోయేదానికి బదులుగా నీకు దొరికిన నిధిలో పదోవంతు నాకు ఇస్తానని ప్రమాణంచేయి."

ఆ గొల్లపిల్లవాడు అలాగే ప్రమాణం చేశాడు. ఆ ముసలామె ఆ పిల్లవాడిని జీసస్ పవిత్రహృదయం చిత్రం చూస్తూ మరొకసారి ప్రమాణం చేయుమన్నది.

"ప్రపంచం భాషలో అది ఒకకల." ఆమె అన్నది. "దానికి నేను అర్థం చెప్పగలను. కానీ ఆ అర్థం చెప్పడం చాలా కష్టమైన పని. అందుకే నీకు దొరికే నిధిలో పదోవంతుకు నేను అర్హురాలిని అని అంటున్నాను. అది నానమ్మకం."

"నేను చెప్పేది ఇది. నువ్వు ఈజిప్టులో పిరమిడ్స్ దగ్గరికి వెళ్ళాలి. వాటిని గురించి నేనెప్పుడూ వినలేదు. కానీ ఒక చిన్నపిల్ల వాటిని నీకు చూపించింది కనుక అవి ఎక్కడో ఒకచోట ఉండితీరాలి. అక్కడ నిన్ను శ్రీమంతుడినిచేసే నిధి నీకు దొరుకుతుంది."

ఆ కుర్రవాడు మొదట ఆశ్చర్యపోయాడు. ఆ తర్వాత చిరాకు పడ్డాడు ఇందుకోసం తను ఈమెదగ్గరికి రాలేదు. అయితే ఆమె చెప్పిన దానికి తను ఏ మీ ఇవ్వనక్కరలేదని అతనికి గుర్తు వచ్చింది.

"ఇది వినటానికి నేను నా సమయం వృథాచేయాల్సిన పనిలేదు." అతను అన్నాడు.

"నీకల ఒక సమస్యలాగా కష్టమైంది అని ముందే చెప్పాను కదా! జీవితంలో అతి సరళమైన విషయాలే అత్యంత అసాధారణ విషయాలు అవుతాయి. వివేచనాపరులు మాత్రమే వాటిని అర్థం చేసుకోగలుగుతారు. నేను వివేచనా పరురాలినికాను. కనుకనే నేను చేతులుచూడటంవంటి ఇతర కళల ను నేర్చుకోవలసి వచ్చింది."

"బాగానే ఉంది. మరి ఇప్పుడు నేను ఈజిప్ట్ చేరటం ఎలా?"

"నేను కలలకు అర్థం మాత్రమే చెప్పగలను. వాటిని యదార్థం చేయడం ఎలాగో నాకుతెలియదు. కనుకనే నేను నాకుమార్తెలు పెట్టినది తిని బతుకు వెళ్ళదీస్తున్నాను."

"మరి నేను ఎన్నటికీ ఈజిప్ట్ చేరలేకపోతే?"

"అప్పుడు నాకు రావలసిన సొమ్ము నాకు దక్కదు. అంతేకదా! నాకు ఇదేమీ కొత్త కాదు."

ఆ కుర్రాడివల్ల తనసమయం చాలా వృథాఅయిందని, ఆమె అతనిని ఇక వెళ్ళమన్నది.

దానితో ఆ కుర్రవాడు నిరాశపడి పోయాడు. ఇకనుంచి కలలను ఎన్నడూ నమ్మకూడదు అని నిశ్చయించుకున్నాడు. తను చేయవలసిన పనులు చాలా ఉన్నాయని అతనికి గుర్తు వచ్చింది. ఏదైనా తినటానికి బజార్‌కి వెళ్ళాడు. ఆ తర్వాత తన పుస్తకం మార్చి అంతకంటే లావైన పుస్తకం సంపాదించాడు. తను కొనుక్కువచ్చిన కొత్త వైన్ రుచిచూడటానికి కూడలిలో ఒక బెంచ్ వెతుక్కున్నాడు. ఆరోజు బాగా వేడిగా ఉన్నది. మదిర మాత్రం మంచిరుచిగా ఉన్నది. గొర్రెలు ఊరిచివర ఒకమిత్రుడి గొడ్లచావడిలో ఉన్నాయి. ఆ ఊరిలో ఆ కుర్రవాడికి చాలా మంది తెలుసు. అందుకే ప్రయాణం అంటే అతనికి ఇష్టం. ఎప్పటికప్పుడు కొత్త స్నేహితులను సంపాదిస్తాడు. కానీ వారితో ఎక్కువ కాలం గడపనక్కరలేదు. ఆశ్రమంలోలాగా రోజూ చూసిన వారి నే చూస్తూఉంటే, వారూ మనజీవితంలో ఒకభాగమై కూర్చుంటారు. అక్కడ ఆశ్రమంలో అతని పూర్వ అనుభవం అదే. అప్పుడు వారంతా తనను మారుమని చెప్తారు. వాళ్ళు చెప్పినట్లు నడుచుకొని మారకపోతే వాళ్లకు కోపం వస్తుంది. ప్రతివారికీ ఎదుటివారు ఎలానడుచుకోవాలో, ఎలా జీవించాలో తెలిసినట్లు ఉంటుంది. కానీ వారినిగురించి మాత్రం వారికి ఏమీతెలియదు.

సూర్యుడు మరికొంచెం కిందికి దిగినతర్వాత తన మందవెనకనే తిరిగి వెళ్లాలని నిశ్చయించుకున్నాడు. మూడు రోజుల్లో అతను వర్తకుడి కుమార్తెను కలుసుకోబోతున్నాడు.

అతను కొత్తగాకొన్న పుస్తకం చదవటం మొదలు పెట్టాడు. మొదటి పేజీలోనే అది ఒక ఖననం వర్ణించింది. అందులో మనుషుల పేర్లు నోరు తిరగక కష్టంగా ఉన్నాయి. తను ఎప్పుడైనా పుస్తకం రాయటం అంటూ జరిగితే తను ఒక్కొక్క పాత్రను క్రమంగా పరిచయం చేస్తాడు. అప్పుడు పాఠకుడు అనవసరమైన పేర్లు గుర్తుంచుకునే భారం తప్పుతుంది.

చివరికి తనుచదువుతున్న దానిమీదికి ధ్యాస పూర్తిగా మళ్ళే సరి కి ఆపుస్తకం అతనికి నచ్చ సాగింది. ఆ ఖననం ఒక మంచు కురుస్తున్న నాడు జరుగుతున్నది. చలిగా ఉండే అనుభూతి అతనికి నచ్చింది. అతను చదువుతూ ఉంటే ఒక ముసలాయన పక్కనే కూర్చొని సంభాషణ జరపటానికి ప్రయత్నించాడు

"వాళ్లు ఏం చేస్తున్నారు?" కూడలిలో మనుషులను చూపుతూ ముసలాయన అడిగాడు.

"పని చేస్తున్నారు." పొడిగా కుర్రవాడి జవాబు. తన చదువు తనను చదువుకోనీయుమని చెబుతున్నట్లు.

నిజానికి అతను ఆ వర్తకుడి కుమార్తె ఎదుట తనగొర్రెల ఉన్నికత్తిరించటాన్ని గురించి ఆలోచిస్తున్నాడు. అప్పుడుగాని తను కష్టసాధ్యమైన పనులు చేయగలడని ఆమెకు అర్థం కాదు. ఆ దృశ్యాన్ని అతను చాలాసార్లు ఊహించాడు. గొర్రెల ఉన్ని వెనకనుంచి ముందుకు కత్తిరించాలి అని అతను చెప్పిన ప్రతిసారి ఆఅమ్మాయి పరవశించి పోయేది. గొర్రెల ఉన్ని కత్తిరించేటప్పుడు చెప్పడానికి అతను కొన్ని కథలుకూడా నెమరు వేసేవాడు. అవన్నీ అతను పుస్తకాలలో చదివినవి. కానీ అవి అన్నీ తనసొంత అనుభవాలు అన్నట్లు చెప్పేవాడు. ఆమెకు ఎలాగూ తెలియదు. ఎందుకంటే ఆమెకు చదవటం రాదు.

ఆ మధ్యలో ముసలాయన మాటలు కలపటానికి వదలకుండా ప్రయత్నించాడు. తను అలిసిపోయి ఉన్నాడని, తనకు దాహం వేస్తుందని చెప్పాడు. ఆ కుర్రవాడి దగ్గర ఉన్న మదిరలో ఒకగుక్క తనకు పోయుమని అడిగాడు. అలాగైనా ఆయన తనను వదిలి పెడుతాడని ఆశతో ఆ కుర్రవాడు ఏకంగా వైన్ సీసా ఆయన చేతికి ఇచ్చాడు.

ముసలాయనకు మాత్రం మాట్లాడాలని ఉంది. చదువుతున్న పుస్తకం ఏమిటని అని అడిగాడు. అసభ్యంగా అక్కడినుంచిలేచి మరొక బెంచ్ కి వెళ్లాలని ఆ కుర్రవాడికి ఒక్కక్షణం ఆలోచన కలిగింది. కానీ పెద్దవారిని గౌరవించాలని వాళ్లనాన్న చెప్పాడు. అందుచేత చెయ్యిచాచి ఆ పుస్తకం ఆయనకు చూపించాడు. అందుకు రెండు కారణాలున్నాయి. ఒకటి, ఆ పుస్తకం పేరు ఎలా పలకాలో అతనికి కూడా తెలీదు. రెండోది, చదవటం రాక పోతే సిగ్గుతో ఆయనే లేచి మరొక బెంచికి వెళ్తాడని.

"మ్...మ్.." అదేదో వింతవస్తువు అన్నట్లు ఆపుస్తకం అన్నివైపుల నుంచి చూస్తూ అన్నాడు ముసలాయన. "ఇది ముఖ్యమైన పుస్తకం. కానీ చిరాకు పుట్టిస్తుంది."

ఆ కుర్రవాడు ఆశ్చర్య చకితుడయ్యాడు. ఆ ముసలాయనకు చదవడంవచ్చు! అంతేకాదు ఆయన ఆ పుస్తకం అప్పటికే చదివేసి ఉన్నాడు! ఆ ముసలాయన చెప్పినట్టు ఆ పుస్తకం చిరాకు పుట్టిస్తే దానిని మార్చి దానికి బదులు ఇంకొకటి తీసుకోటానికి ఆ కుర్రవాడికి ఇంకా అవకాశం ఉన్నది.

"ప్రపంచంలో అన్ని పుస్తకాలు చెప్పిందే ఈ పుస్తకం కూడా చెబుతుంది." ముసలాయన చెప్పటం కొనసాగించాడు. "ఈ పుస్తకం గమ్యాన్ని తెలుసుకోవడంలో మనుషుల అసమర్థతను వర్ణిస్తుంది. ప్రతి ఒక్కరూ ఈ ప్రపంచం చెప్పే అతిపెద్దఅబద్ధాన్ని నమ్ముతారు అని చెప్పడంతో ముగించు తుంది."

"ఈ ప్రపంచం చెప్పే మహా అబద్ధం ఏమిటి?" ఆశ్చర్యంతో ఆ కుర్రవాడు అడిగాడు.

"మన జీవితంలో ఏదో ఒకదశలో మనకు జరిగేదానిమీద నియంత్రణ కోల్పోతాం. మన జీవితాలు విధి చేతిలో కీలుబొమ్మలు అవుతాయి. అదే ఈ ప్రపంచం చెప్పే మహా అబద్ధం."

"నాకు ఎన్నడూ అలాజరగలేదు." ఆ కుర్రవాడు అన్నాడు. "నన్ను అందరూ ప్రీస్ట్ కావాలన్నారు. కానీ నేను గొర్రెలకాపరిని అవటానికి నిశ్చయించుకున్నాను."

"చాలా మంచిది." ముసలాయన అన్నాడు. " నీకు దేశాటనం అంటే ఇష్టం కనుక."

"నా మనసులో మాట ఆయనకు తెలుసు." ఆ కుర్రవాడు మనసులో అనుకున్నాడు. ఆ సమయంలో ముసలాయన ఆ పుస్తకం పేజీలు తిరగేస్తూ ఉన్నాడు. ఆయనకు ఆ పుస్తకం తిరిగి ఇచ్చే ఆలోచన లేనట్టుంది. ఆయన దుస్తులు విచిత్రంగా ఉన్నాయి అని ఆ కుర్రవాడు గమనించాడు. ఆయన ఒక అరబ్ మనిషిలా కనబడుతున్నాడు. ఈ ప్రాంతాలలో అది విశేషం ఏ మీ కాదు. తరీఫా నుంచి ఆఫ్రికా కొద్దిదూరంలోనే ఉన్నది. మధ్యలోఉన్న జల సంధి బోటుమీద దాటవచ్చు. ఆ నగరంలో అరబ్బులు చాలాచోట్ల – షాపింగ్ చేస్తూ, రోజులో అనేకసార్లు తమ విచిత్రమైన ప్రార్థనలు స్మరిస్తూ – కనపడుతూ ఉంటారు."మీరు ఎక్కడినుంచి వస్తున్నారు?" ఆ కుర్రవాడు అడిగాడు.

"అనేకచోట్లనుంచి."

"ఎవరూ అనేక చోట్ల నుంచి రాలేరు." ఆ కుర్రవాడు అన్నాడు. "నేను ఒక గొర్రెలకాపరిని. నేను చాలా చోట్ల తిరిగాను. కానీ నేనువచ్చేది మాత్రం ఒక చోటి నుంచే. పాతకాలపు కోటదగ్గర ఉండే నగరం నుంచి. నేను పుట్టిందికూడా అక్కడే."

"సరే, అయితే నేను సేలంలో పుట్టాను అని చెప్పవచ్చు."

సేలం ఎక్కడ ఉందో వాడికి తెలియదు. తనకు తెలియదు అని అనుకుంటారేమోనన్న భయంతో అతను ఆవిషయం అడగలేదు. కొంతసేపు ఆ కూడలి దగ్గర కనబడుతున్న మనుషులను చూస్తూ ఉన్నాడు. వాళ్లు అందరూ అటూఇటూ తిరుగుతూ ఉన్నారు. అందరూ చాలా బిజీగా ఉన్నట్టు కనబడుతున్నారు.

''మరి సేలం ఎలా ఉంది?'' ఏదో ఒక క్లూ సంపాదించే ప్రయత్నంలో అతను అడిగాడు.

"ఎప్పటి లాగానే ఉంది."

అతనికి ఏమీ అంతుచిక్కలేదు. కానీ సేలం ఆన్డలూసియాలో మాత్రం లేదని అతనికి తెలుసు. ఉంటే అతనికి తెలిసి ఉండేది.

"సేలంలో మీరు ఏం చేస్తుంటారు?" పట్టువదలకుండా ప్రశ్నించాడు.

"సేలంలో నేనుఏంచేస్తూ ఉంటానా?" ఆ ముసలాయన నవ్వాడు. "సేలంకు నేనే రాజును."

మనుషులు విచిత్రంగా మాట్లాడుతారు అనిపించింది ఆ కుర్రాడికి. అప్పుడప్పుడు గొర్రెలతోనే ఉంటే మెరుగు. అవి అయితే ఏమీ మాట్లాడవు. ఏదో ఒకపుస్తకం తీసుకుని ఒంటరిగా కూర్చోవటం ఇంకామెరుగు. మీరు వినదలుచుకున్నపుడు అవి అద్భుతమైన కథలు చెప్తాయి. మనుషులతో మాట్లాడుతున్నప్పుడు మాత్రం వాళ్లుచెప్పే విచిత్రమైన సంగతులతో సంభాషణ ఎలాసాగించాలో తెలియకుండా పోతుంది.

"నా పేరు మెల్చిజేదేక్." ఆ ముసలాయన అన్నాడు. "నీ దగ్గర ఎన్నిగొర్రెలు ఉన్నాయి?"

"కావలసినన్ని." కుర్రవాడి జవాబు. ఆ ముసలాయన తనని గురించి ఇంకా తెలుసుకోవటానికి ప్రయత్నిస్తున్నాడని అతనికి అర్థమైంది.

"అయితే ఇప్పుడు ఒక చిన్నచిక్కు వచ్చిపడింది. నీకు కావలసినన్ని గొర్రెలు మాత్రమే ఉంటే నేను నీకు ఏమీ సాయం చేయలేను."

ఆ కుర్రవాడికి చిరాకు వేస్తున్నది. తనేమీ సహాయం అడగలేదే. ఆ ముసలాయనే తాగటానికి తన వైన్ అడిగాడు. సంభాషణ మొదలు పెట్టిందికూడా ఆయనే.

"నా పుస్తకం నాకు ఇయ్యండి." ఆ కుర్రవాడు అన్నాడు. "నేను నా గొర్రెలను పోగు చేసుకొని వెళ్లాలి."

"నీ గొర్రెలలో పదోవంతు నాకు ఇవ్వు." ముసలాయన అన్నాడు. "నేను నీకు ఒక గుప్తనిధిని గురించి చెప్తాను."

ఆ కుర్రవాడికి తనకల గుర్తుకు వచ్చింది. ఉన్నట్టుండి అంతా తేటతెల్లం అయిపోయింది. ఆ ముసలావిడ తన దగ్గర ఏమీ తీసుకోలేదు. కానీ ఈ ముసలాయన - ఈయన ఆ ముసలావిడ భర్త ఏమో - ఒక విషయం చెప్పటానికి డబ్బు గుంజాలని చూస్తున్నాడు. అక్కడ నిధి ఉన్నదో లేదో కూడా ఎవరికీ తెలియదు. బహుశా ఈ ముసలాయన కూడా ఒక జిప్సీ ఏమో!

కానీ ఆ కుర్రవాడు ఏమీ చెప్పకముందే ఆ ముసలాయన ముందుకు వంగి ఒక పుల్ల తీసుకొని ఆ కూడలి ఇసుకలో రాయటం మొదలు పెట్టాడు. ఆయన ఛాతీమీద ఏదో మెరుపు మెరిసింది. ఆ మెరుపుకు కళ్ళు జిగేల్ మని ఒక్కక్షణం ఆ కుర్రవాడికి కనబడకుండా పోయింది. ఆ వయసువాళ్ళు ఊహించలేని వేగంతో దాన్ని ఆయన తన అంగవస్త్రంతో మూసివేశాడు. చూపు సరిగా వచ్చిన తర్వాత ఇసుకలో ఆ ముసలాయన రాసింది ఆ కుర్రవాడు చదవగలిగారు.

ఆ చిన్ననగరం కూడలి ఇసుకలో ఆ కుర్రవాడు తన అమ్మ నాన్నల పేర్లు, తను చదువుకున్న స్కూలు పేరు చదివాడు. ఆ వర్తకుడి కుమార్తె పేరు కూడా అక్కడ ఉన్నది. అతనికి అది అంతవరకు తెలియదు. అంతేకాక తను ఎవరికీ చెప్పని విషయాలు కూడా చదివాడు.

* * *

"నేను సేలం రాజును." ముసలాయన అన్నాడు.

"ఒక రాజుకు ఒక గొర్రెల కాపరితో మాట్లాడవలసిన అవసరం ఏమొచ్చింది?" ఆశ్చర్యంతో, ఇరకాటంతో ఆ కుర్రవాడు అడిగాడు.

"కారణాలు చాలా ఉండవచ్చు. కానీ ప్రస్తుతానికి అతి ముఖ్యమైంది ఏమిటంటే నీ అదృష్టాన్ని వెతకటంలో నువ్వు కృతకృత్యుడివి అయ్యావు."

"అదృష్టం" అంటే ఏమిటో ఆ కుర్రవాడికి తెలియదు.

"ఇంతకాలం నువ్వు వెతుకుతున్నది అదే. చిన్నప్పుడు ప్రతి వారికి వారి అదృష్టం ఏమిటో తెలుసు."

"జీవితంలో ఆ సమయంలో అంతా స్పష్టంగా ఉంటుంది. ప్రతిదీ సాధ్యం అనిపిస్తుంది. వాళ్లు కలలు కనటానికి భయపడరు. జీవితంలో

తమకు కావలసినదంతా సిద్ధించాలని తపన పడతారు. కానీ వారి అదృష్టాన్ని కనుక్కోవటం అసాధ్యం అని ఒక రహస్యశక్తి కాలక్రమేణా వారికి నచ్చచెప్పడం మొదలు పెడుతుంది."

ఆ ముసలాయన చెబుతున్నది ఏమీ ఆ కుర్రవాడి బుర్రలోకి ఎక్కడం లేదు. కానీ ఆ రహస్యశక్తి ఏమిటో తెలుసుకోవాలని వాడికోరిక. ఆ విషయంవింటే వర్తకుడి కుమార్తె మెచ్చుకుంటుంది.

"అది విముఖంగా కనిపించే ఒకశక్తి. కానీ అదృష్టాన్ని సాధించటానికి అది దారిచూపుతుంది. అది నీ స్ఫూర్తిని,నీ సంకల్పాన్ని అందుకు సిద్ధం చేస్తుంది. ఎందుకంటే ఈ భూమిమీద ఒక పరమసత్యం ఉన్నది. మీరు ఎవరైనా సరే, మీరు ఏమి చేస్తున్నాసరే, మీరు నిజంగా ఏదైనా కావాలి అని అనుకుంటున్నారు అంటే, ఆ కోరిక ఈ విశ్వం ఆత్మలోనుంచి బయలుదేరిందన్నమాట. ఈ భూమిమీద అదే మీ పరమార్థం.."

"దేశాటనం చెయ్యటం మాత్రమే అయినా అంతేనా?. ఒక బట్టల వ్యాపారి కూతుర్ని పెళ్లి చేసుకోవాలి అనుకున్నా అదీ అంతేనా?"

"అవును. లంకెబిందెలు వెతకటానికి బయలుదేరినాకూడా అంతే. ప్రజల ఆనందమే ఈ విశాలవిశ్వం అంతరాత్మకు పోషణ. విచారం, ఈర్ష్య అసూయ కూడా అంతే. ఎవరి అదృష్టాన్ని వారు వెతుక్కోవటమే నిజమైన బాధ్యత. మిగిలినవన్నీ వృథా.

"నువ్వు మనస్ఫూర్తిగా ఏదైనా కోరినప్పుడు, ఈ విశాలవిశ్వం అంతా, దానిని సాధించడానికి నీకు తోడ్పడుతుంది."

కూడలి, అక్కడ అ తిరుగాడుతున్న మనుషులను గమనిస్తూ ఇద్దరూ కొంతసేపు మౌనంగా ఉన్నారు. ముసలాయనే మొదట నోరు తెరిచాడు.

"నువ్వు గొర్రెలను ఎందుకు కాస్తున్నావు?"

"తిరగటం అంటే నాకు ఇష్టం కనుక."

ఆ కూడలిలో ఒకమూల బ్రెడ్ తయారు చేసేవ్యక్తి ఒకరు తనదుకాణం కిటికీ దగ్గర నుంచొని ఉన్నాడు. ముసలాయన ఆవ్యక్తిని చూపుతూ " చిన్నప్పుడు అతను కూడా దేశాటనం చేయాలి అనే అనుకున్నాడు. కానీ మొదట ఈ బేకరీకొని కొంతసొమ్ము సంపాదించాలని నిశ్చయించుకున్నాడు. ఆయన పెద్దవాడైన తరువాత ఆఫ్రికాలో ఒకనెల గడప తలుచుకున్నాడు. ఎవరైనా

మనస్ఫూర్తిగా తలుచుకున్నది, జీవితంలో ఎప్పుడో ఒకపుడు సాధించగలరు అని ఆయన గ్రహించలేదు."

''ఆయన గొర్రెలకాపరి కావటానికి నిశ్చయించుకొని ఉండవలసింది." ఆ కుర్రవాడు అన్నాడు.

"ఆయన అదీ ఆలోచించాడు." ముసలాయన చెప్పాడు."కానీ గొర్రెల కాపరులకంటే బ్రెడ్ తయారుచేసేవారు ముఖ్యమైనవారు. గొర్రెలకాపర్లు ఆరుబయట పడుకుంటే బేకర్లు ఇంట్లో పడుకుంటారు. తల్లిదండ్రులు కూడా తమపిల్లలకు గొర్రెలకాపరులతోకాక బేకర్లతో పెళ్లి కావాలని కోరుకుంటారు."

వర్తకుడి కుమార్తెను గురించి ఆలోచిస్తున్న ఆ కుర్రవాడి గుండె గుభేలుమన్నది. ఆ ఊరిలో బేకర్లు తప్పకుండా ఉండిఉంటారు.

ముసలాయన చెప్పసాగాడు. "కాలక్రమేణా గొర్రెల కాపరులకు, బేకర్లకు వారి భవితవ్యంకంటే ఇతరులు అనుకునేది ముఖ్యం అవుతుంది."

ఆ ముసలాయన పుస్తకం పేజీలు తిరగేస్తూ ఒకచోట ఆగి చదవసాగాడు. ఆ కుర్రవాడు కొంతసేపు ఊరుకున్నాడు. ఆ తర్వాత ముసలాయన తనను అడ్డుకున్నట్లే తను ఆ ముసలాయన అడ్డుకొని " ఇదంతా నాకు ఎందుకు చెబుతున్నారు?" అని అడిగాడు.

"నువ్వు నీ గమ్యం తెలుసుకోవడానికి ప్రయత్నిస్తున్నావు కనుక. ప్రస్తుతం నువ్వు అంతా వదిలివేసే స్థితిలో ఉన్నావు."

"అప్పుడే మీరు కనపడి కలగజేసుకుంటారా?"

"ఎప్పుడూ ఇలా జరగదు. కానీ నేను కొన్నిసార్లు ఏదో ఒకరూపంలోనో, ఒక భావంగానో దర్శనం ఇస్తాను. కొన్ని క్లిష్టసమయాలలో పనులు సులభంగా జరిగేట్లు చేస్తాను. నేను చేసేవి ఇంకా ఉన్నాయి. కానీ అది చేసింది నేనేనని సాధారణంగా ప్రజలు గ్రహించరు."

ఒకవారం క్రితం ఒకగనిలో పనిచేసే కార్మికుడికి తను ఒకరాయి రూపంలో కనిపించానని ఆ ముసలాయన చెప్పాడు. మరకతమణుల అన్వేషణలో ఆ ఖనకుడు మిగిలినవన్నీ వదిలివేశాడు. ఐదు సంవత్సరాలుగా అతను ఒకనది ఒడ్డున శోధన చేస్తున్నాడు. మరకతమణుల అన్వేషణలో అతను లక్షలాది రాళ్లను పరిశీలించి పరీక్షించాడు. ఆ ఖనకుడు ఇంకొక్క రాయి, ఒక్కటంటే ఒక్కటే రాయి, పరీక్షించిఉంటే అతనికి కావలసిన మరకతమణి

దొరికేది. కానీ ఆ క్షణంలోనే అతను సర్వం వదులుకునేస్థితిలో ఉన్నాడు. తన అదృష్టపరీక్షలో ఆ ఖనకుడు సర్వము త్యాగంచేసి ఉన్నాడు. కనుక ఆ ముసలాయన అందులో జోక్యం కలిగించుకోదలుచుకున్నాడు. ఆయన తను ఒకరాయిగామారి ఆ ఖనకుడి కాళ్లదగ్గరికి దొర్లి వచ్చాడు. ఐదేళ్లుగా తనలో కూడగట్టుకొని ఉన్న కోపము, నిరాశ నిస్పృహతో అతను ఆ రాయిని చేత తీసుకొని విసిరి వేసాడు. కానీ అతను విసిరిన విసురుకు ఆ రాయి వెళ్లి మరొకరాయికి తగిలింది. ఆ రెండవరాయి పగిలిపోయింది. ఆ పగిలిన రాతిలో ప్రపంచంలోకెల్లా అత్యంత సుందరమైన మరకతమణి ఒదిగి ఉన్నది.

"ప్రజలు లేతవయసులోనే తమజీవితానికి పరమార్థం తెలుసుకుంటారు." ఒక విధమైన నిర్లిప్తతతో ముసలాయన అన్నాడు. "అందుకేనేమో చిరుప్రాయంలోనే వాళ్లు తమప్రయత్నాలు విరమిస్తారు. కానీ అది అంతే."

ఆయన ఒక గుప్తనిధిని గురించి చెప్పిన విషయం ఆ కుర్రవాడు ముసలాయనకు గుర్తుచేశాడు.

"నీటి ప్రవాహం ఒరవడివల్ల నిధి బయటపడుతుంది. అదే ఉరవడివల్ల నిధి పూడుకు పోతుంది." ముసలాయన చెప్పాడు. "నిధిని గురించి తెలుసుకోవాలంటే నీ మందలో పదోవంతు నాకు ఇవ్వాలి."

"నా నిధిలో పదోవంతు అయితే?"

ముసలాయన ఒక విధమైన నిరాశ కనపరిచారు. "నీ దగ్గర లేనిది ఇస్తానని మాట ఇస్తే, దానికోసం శ్రమించే నీ శక్తి ఉడిగి పోతుంది."

ఆ జిప్సీకి తన తనకు దొరికిన సంపదలో పదోవంతు ఇస్తానన్నమాట చెప్పాడు ఆ కుర్రవాడు.

"అటువంటి పనులు చేయించడంలో జిప్సీలు సమర్థులు" ముసలాయన నిట్టూర్చాడు. "జీవితంలో ప్రతిదానికి ఒక ఖరీదు ఉంటుంది అని నువ్వు చిన్నతనంలోనే నేర్చుకున్నావు. అది నీ మంచికే. క్రాంతియోధులు బోధించడానికి ప్రయత్నించేది ఇదే."

ముసలాయన ఆ కుర్రవాడికి పుస్తకం తిరిగి ఇచ్చేశాడు.

"రేపు ఇదే సమయానికి నీ మందలో పదోవంతు తెచ్చి నాకు ఇవ్వు. ఆ గుప్తనిధి కనుక్కోవటం ఎలాగో నీకు చెప్తాను. గుడ్ ఆఫ్టర్నూన్."

ఆ కూడలి మూలతిరుగుడున ఆయన మాయమయ్యాడు.

* * *

ఆ కుర్రవాడు మళ్ళీ పుస్తకం చదవటం మొదలు పెట్టాడు. కానీ వాడి మనసు పుస్తకం మీద నిలవడం లేదు. ముసలాయన చెప్పింది సబబే అని అతనికి అర్థమయింది. దానితో అతను కలతపడి బిగుసుకుపోయాడు. ముసలాయన తనను గురించి చెప్పింది ఆ బేకర్ కు చెప్పాలా వద్దా అని సందిగ్ధపడుతూ బేకరీకి వెళ్లి ఒక బ్రెడ్ తెచ్చుకున్నాడు. కొన్ని విషయాలు యథాతథంగా వదిలేస్తే మేలని ఆలోచన కలిగింది. దాంతో ఎవరికీ ఏమీ చెప్పేపని లేదని నిర్ణయించుకున్నాడు. ఏదైనా చెప్తే ఆ బేకర్ దానిని గురించి మూడురోజులు ఆలోచించి ఆ ఆదుర్దాలో మూడురోజులు నిద్ర పాడు చేసుకుంటాడు. అనవసరంగా ఆయనకు ఆశ్రమ కలిగించటం ఎందుకని ఆ కుర్రవాడు తన ఆలోచన మార్చుకున్నాడు. నగరంలో వీధులవెంట తిరగటం సాగించాడు. తిరిగి తిరిగి ఊరి శివార్ల దగ్గరికి వచ్చాడు. అక్కడ అ ఒక చిన్నకట్టడం ఉన్నది. దానికి ఒక కిటికీ. ఆఫ్రికా వెళ్లేవాళ్లు ఆ కిటికీ దగ్గరే టిక్కెట్లు కొనుక్కుంటారు. ఈజిప్టు ఆఫ్రికాలో ఉన్నదని ఆ కుర్రవాడికి తెలుసు.

"ఏమి కావాలి?" కిటికీ వెనక ఉన్న వ్యక్తి అడిగాడు.

"రేపు చెబుతాను." అంటూ ఆ కుర్రవాడు అక్కడి నుంచి కదిలాడు. తన గొర్రెలలో ఒకదాన్ని అమ్మేస్తే ఈ జలసంధి దాటి అవతలగట్టుకు చేరటానికి సరిపడా డబ్బు వస్తుంది. ఆ ఆలోచనతో అతనికి భయం వేసింది.

"ఇంకొక పగటికలల ప్రబుద్ధుడు." ఆ కుర్రవాడు వెళ్ళిపోతుంటే చూస్తూ టికెట్లు అమ్మే ఆయన తన అసిస్టెంట్‌తో అన్నాడు "ప్రయాణానికి సరిపడా డబ్బు చేతిలోలేదు. అదీ విషయం."

టిక్కెట్లు అమ్మే ఆ కిటికీ దగ్గర ఉన్నప్పుడు ఆ కుర్రవాడికి తన గొర్రెల మంద జ్ఞాపకం వచ్చింది. తను తిరిగివెళ్లి గొర్రెలకాపరిగానే ఉండాలని నిశ్చయించుకున్నాడు. రెండేళ్లలో గొర్రెలు కాయటాన్ని గురించి అన్ని వివరాలు నేర్చుకున్నాడు. గొర్రెల ఉన్ని కత్తిరించటం ఎలాగో తనకు తెలుసు. కడుపుతో ఉన్న గొర్రెలను ఎలా పోషించాలో తనకు తెలుసు. తోడేళ్ళ బారినుంచి గొర్రెలను కాపాడటం తనకు తెలుసు. దానికి తోడు ఆన్డలూసియాలో ఉన్న పొలాలు

బీళ్లు, అన్నీ తనకు తెలుసు. అంతేకాక తనదగ్గర ఉన్న గొర్రెలలో ప్రతి ఒక్క దాని ఖరీదు తనకు తెలుసు.

తన స్నేహితుడి గొడ్లచావిడికి వీలైనంత చుట్టు తిరిగి, పోవాలని అనుకొన్నాడు. ఊరి కోటదగ్గరికి రాగానే తన ప్రయాణానికి బ్రేక్ వేశాడు. ఏటవాలుగా ఉన్న గోడఎక్కి కోటగోడ పైకి చేరుకున్నాడు. అక్కడినుంచి దూరంగా కనపడేది అంతా ఆఫ్రికా అనుకున్నాడు. అక్కడినుంచే మూర్లు అందరూ వచ్చి స్పెయిన్ అంతా ఆక్రమించారని తనకు ఎవరో ఒకసారి చెప్పారు.

తను కూర్చున్నచోటనుంచి ఆ ముసలాయనతో తను మాట్లాడిన కూడలితోసహా ఊరంతా కనబడుతోంది. ఆ ముసలాయనను కలుసుకోవటం ఒక దుశ్శకునం అని అతని ఆలోచన. తన కలకు అర్థం చెప్పే స్త్రీ ఎవరైనాకనపడుతుందేమో అనే ఆశతో అతను ఈ ఊరికి వచ్చాడు. తను గొర్రెల కాపరిని అనే విషయం తెలిసిన ముసలావిడ, ముసలాయన ఎంత మాత్రము మెచ్చలేదు. వాళ్ళిద్దరూ ఒంటరి మనుషులు. వాళ్లకు చాలా విషయాలలో నమ్మకంలేదు. గొర్రెలకాపరులు తమ మందతో అనుబంధం కలిగి ఉంటారని వాళ్లకు తెలియదు, అర్థం కాదు. మందలో ప్రతి ఒక్క గొర్రె విషయము తనకు తెలుసు. దేనికి కాళ్లు సరిగ్గా లేవు, ఏది రాబోయే రెండు నెలలలో కనబోతున్నదో, ఏవి ఒళ్ళుకాని గొర్రెలో తనకు బాగా తెలుసు. వాటిఉన్ని ఎట్లా కత్తిరించాలో, వాటిని ఎలా నరకాలో తనకు బాగాతెలుసు. తను వదిలిపెడితే అవి అవస్తల పాలు అవుతాయి.

గాలి ఉధృతం పెరగసాగింది. ఆగాలి అతనికి బాగా తెలుసు. దాన్ని లెవాన్టర్అంటారు. మధ్యధరా సముద్రం తూర్పునఉన్న లెవాంట్ నుంచి ఆగాలితోనే మూర్లు ఇక్కడికి కొట్టుకు వచ్చారు.

లెవాన్టర్ జోరు ఎక్కువైంది. ఇదిగో నానిధికి, మందకు మధ్య ఇక్కడ నేను ఉన్నాను అని ఆ కుర్రవాడి ఆలోచన. ఒకవైపున తనకు అలవాటైనవి, తెలిసినవి. మరోవైపు తను కావాలి అని కోరుకునేది. ఈ రెండిటి మధ్య ఏది కావాలో అతను నిర్ణయించుకోవాలి. మరోవైపు ఆ వర్తకుడి కుమార్తె కూడా ఉన్నది. ఆమె తనమీద ఆధారపడి లేదు. కనుక ఆమె తనమందకంటె ముఖ్యం కాదు. బహుశా ఆమెకు తను గుర్తు లేదేమో కూడా. తను ఆమెకు కనిపించినా, కనుపించక పోయినా కూడా ఆమెకు పట్టదు అని అతని ఉద్దేశ్యం.

ఎందుకంటే ఆమెకు అన్ని రోజులూ ఒకటే. సూర్యుడు ఉదయించిన ప్రతిరోజూ తమజీవితంలో జరిగే మంచి విషయాలను ప్రజలు గుర్తించలేకపోతే వారికి నేటికీ రేపటికి తేడా తెలియదు. అన్ని రోజులూ ఒకేవిధంగా ఉంటాయి.

నేను మా అమ్మను, నాన్నను ఊరిలో కోటను వదిలి పెట్టాను. అక్కడ నేనులేను అన్న విషయానికి వారు అలవాటుపడిపోయారు. అలాగే నేనూ అల వాటుపడిపోయాను. నేను అక్కడలేను అనే విషయానికి గొర్రెలుకూడా అల వాటుపడిపోతాయి అని ఆ కుర్రవాడి ఆలోచన.

అతడు కూర్చున్న చోటునుంచి కూడలి కనబడుతున్నది. రొట్టెల దుకాణానికి మనుషులు వస్తూ పోతూ ఉన్నారు. తను, ఆ ముసలాయన కూర్చున్న బెంచి మీద ప్రస్తుతం ఒక యువజంట కూర్చొని ఉన్నది. వాళ్ళిద్దరూ ముద్దులు పెట్టుకుంటున్నారు.

“ఆ రొట్టెల అబ్బాయి...” తనలో తనే అనుకున్నాడు. కానీ ఆ ఆలోచన పూర్తి కాలేదు. లెవాన్టర్ జోరు ఇంకా పెరగసాగింది. ఆ ఒత్తిడి అతనికి ముఖం మీద తెలుస్తున్నది. ఆగాలి మూర్లను తీసుకువచ్చింది. వారితోపాటు ఎడారి వాసనను, ముఖానికి గుడ్డకట్టుకున్న స్త్రీలనుకూడా తీసుకు వచ్చింది. అది తనతోపాటు తెలియని దానికోసం వెతుకుతూ బయలుదేరిన - బంగారం కోసం, సాహసం, పిరమిడ్ల కోసం - వ్యక్తుల చెమటను, వారి కలలను వెంట తీసుకువచ్చింది. ఆ గాలి స్వేచ్ఛ చూస్తే ఆ కుర్రవాడికి ఈర్ష్య కలిగింది. వెంటనే తనకు కూడా ఉన్నదని గ్రహించాడు. తనకు ఆ స్వేచ్ఛ లేకుండా అడ్డు పడేది తను తప్ప మరెవ్వరూ కారు అనికూడా గ్రహించాడు. ఈ గొర్రెలు, ఆ వర్తకుడి కుమార్తె, ఆండలూసియాలో బీళ్ళు, పొలాలు తనగమ్యానికి మార్గంలో కేవలం కొన్ని మెట్లు మాత్రమే.

మర్నాడు మధ్యాహ్నం ఆ కుర్రవాడు ఆ ముసలాయనను కలుసుకున్నాడు. అతను తనతోపాటు ఆరు గొర్రెలను తీసుకు వచ్చాడు.

“విచిత్రం ఏమిటంటే” ఆ కుర్రవాడు అన్నాడు “నా స్నేహితుడు ఒకడు మిగిలిన గొర్రెలు అన్నింటినీ కొని వేశాడు. తను గొర్రెల కాపరి కావాలని ఎప్పుడూ కలలు కనేవాడట. అది మంచిశకునం అని కూడా చెప్పాడు.”

“అది అంతే.” ముసలాయన అన్నాడు. “దానినే అనుకూల సూత్రం అంటారు. మొట్టమొదటిసారి పేక ఆడినప్పుడు నువ్వు గెలిచితీరటం ఖాయం. ఆరంభ అదృష్టం.”

"అలా ఎందుకు జరుగుతుంది?"

"ఎందుకంటే నిన్ను నీ గమ్యానికిచేర్చే ఒకశక్తి ఉన్నది. విజయం రుచిచూపించి మీ ఆకలి తీరుస్తుంది."

ఆ తరువాత ఆ ముసలాయన గొర్రెలను పరిశీలించ సాగాడు. వాటిలోఒకటి కుంటిది అని గమనించారు. ఆ కుర్రవాడు దాని కుంటితనం ముఖ్యం కాదని, ఆ గొర్రె చాలా తెలివైనదని, అన్నిటికంటే ఎక్కువ ఉన్ని ఇస్తుందని వివరించాడు.

"నిధి ఎక్కడ ఉన్నది?" అతను అడిగాడు.

"ఈజిప్ట్ లో. పిరమిడ్స్ దగ్గర."

ఆ కుర్రవాడు అప్రతిభుడు అయ్యాడు. ఆ ముసలావిడ కూడా అదే చెప్పింది. కానీ ఆమె తన దగ్గర ఏమీ తీసుకోలేదు.

"ఆ నిధి కనుక్కోవాలి అంటే నువ్వు కొన్నిశకునాలను అనుసరించి పోవాలి. ప్రతిఒక్కరూ అనుసరించవలసిన బాటను భగవంతుడు సిద్ధంగా ఉంచాడు. ఆయన నీకోసం సిద్ధం చేసిన జాడలు తెలుసుకొని నువ్వు వాటివెంట వెళ్లాలి."

ఆ కుర్రవాడు సమాధానం చెప్పేలోపు ఒక సీతాకోకచిలుక కనిపించి అతనికి, ఆ ముసలాయనకు మధ్య రెపరెపలాడసాగింది. అతనికి తనతాత ఎప్పుడో ఒకసారి చెప్పిన విషయం గుర్తుకు వచ్చింది: సీతాకోక చిలుకలు శుభశకునాలు. ఈ కీచురాళ్ళు, ఆకాంక్షలులాగా, బల్లులు, ఆకుల కళావరులాగా.

"అవును." అన్నాడు ముసలాయన, కుర్రవాడి ఆలోచనలను చదువుతున్నట్లు. "మీ తాతగారు చెప్పినట్లు, ఇవన్నీ శుభశకునాలే."

ఆ ముసలాయన తన చొక్కా కొంచెం తెరిచాడు. అప్పుడు కనిపించినదానితో ఆ కుర్రవాడికి కళ్ళు తిరిగినంత పనయ్యింది. ఆ ముసలాయన విలువైన రాళ్లతో పొదిగిన బంగారపు కవచం ధరించి ఉన్నాడు. అప్పుడు ఆ కుర్రవాడికి క్రితంరోజు తను గమనించిన మెరుపు గుర్తు వచ్చింది.

ఆయన నిజంగానే రాజు! దోపిడీదారులను తప్పించుకోవటానికి ఆయన మారువేషంలో ఉండి ఉండవచ్చు.

"ఇది తీసుకో." ఆ కవచం మధ్యలో ఉన్న ఒక తెల్లరాయి, నల్లరాయి తీసి చేతిలో పట్టుకొని ఆ ముసలాయన అన్నాడు. "వీటిని యురిం, తుమ్మిం

అంటారు. నల్లరాయి అవును అనటానికి సంకేతం. తెల్లరాయి కాదు అనటానికి సంకేతం. శకునాలు అర్థంచేసుకోవటం మీకు కష్టంగా ఉన్నప్పుడు ఇవి నీకు సాయపడతాయి. నీ ప్రశ్నలో ఎప్పుడూ లక్ష్యశుద్ధి ఉండాలి."

"కానీ చేతనైతే స్వయంగా నిర్ణయాలు చేయటానికి ప్రయత్నించు. నిధి పిరమిడ్ల దగ్గర ఉన్నది. ఆ విషయం నీకు ఇంతకుముందే తెలుసు. నిర్ణయం చేయటంలో నీకు సాయపడ్డానుగనుక నువ్వు నాకు ఆరు గొర్రెలు దక్షిణగా ఇవ్వాలని పట్టుపట్టాను."

కుర్రవాడు ఆ రాళ్లు తనసంచిలో వేసుకున్నాడు. ఇకనుంచి తన నిర్ణయాలు తానే తీసుకుంటాడు.

"నువ్వు దేనితో వ్యవహరించినా అంతా ఒకటే, మరేమీ లేదు అని మర్చిపోకు. ఆ తర్వాత ఆ శకునాల విషయం మర్చిపోకు. అన్నిటికంటే ముఖ్యంగా నీ అదృష్టాన్ని కడవరకు అనుసరించటం మర్చిపోకు.

"వెళ్ళేముందు నీకు ఒక మాట చెప్పాలి.

"ఒక దుకాణదారుడు ఆనందానికి కీలకం ఏమిటో తెలుసుకోని రమ్మని తనకుమారుడిని ప్రపంచంలో అత్యంతవివేచనాశీలి అయిన వ్యక్తి వద్దకు పంపాడు. ఆ కుర్రవాడు 40 రోజులు ఎడారి అంతా తిరిగి చివరికి కొండమీద ఉన్న ఒక అందమైన కోటకు చేరాడు. ఆ వివేచనాశీలి ఉండేది అక్కడే.

"ఆ కోటలో ప్రధాన మందిరం చేరుకున్న తర్వాత మన వీరుడు అక్కడ ఒక సాధువునో ఋషినో చూసేబదులు ఊపిరి సలపని హంగామా దర్శించాడు. వ్యాపారులు వస్తున్నారు వెళుతున్నారు. అన్ని వైపులా చిన్నచిన్న గుంపులలో జనం గుసగుసలాడు కుంటున్నారు. ఒక చిన్న వాద్యబృందం సున్నితంగా సంగీతం వినిపించుతున్నది. అక్కడ ఒక పెద్ద టేబుల్ మీద ఆ ప్రాంతంలోని అత్యంత రుచికరమైన ఆహారం పరిచి ఉన్నది. ఆ వివేచనాశీలి ప్రతిఒక్కరితోనూ సంభాషించుతున్నారు. ఆయనతో మాట్లాడే అవకాశంకోసం ఆ కుర్రవాడు రెండుగంటలు వేచిఉండవలసి వచ్చింది.

"ఆ కుర్రవాడు తను వచ్చినకారణం చెబుతూఉంటే ఆ వివేచనాశీలి ధ్యాసతో విన్నారు. అంతా విన్న తర్వాత ఆనందానికి రహస్యం చెప్పడానికి అప్పుడు తనకు వ్యవధి లేదన్నారు. ఆయన ఆ కుర్రవాడిని కోట అంతా తిరిగి చూసి ఒక రెండు గంటల తర్వాత తిరిగి రమ్మన్నారు.

"ఈలోగా నువ్వు నువ్వు ఒక పని చేయాలి" వాడికి నూనె చుక్కలతో ఉన్న ఒకచెంచా చేతికి ఇస్తూ" నువ్వు ఈ కోటలో తిరిగిచూస్తూ ఉన్నంతసేపు ఈ స్పూన్ ను చేతపట్టుకుని వెళ్ళు. అందులో ఉన్న నూనె కిందపడిపోకుండా చూడటం ముఖ్యం."

"ఆ కుర్రవాడు కోటలో మెట్లు ఎక్కుతూదిగుతూ ఉన్నాడు. ఎంతసేపటికీ అతని దృష్టి చేతిలో ఉన్న చెంచామీదనే ఉన్నది. రెండుగంటల తర్వాత అతను వివేచానాశీలి ఉన్న మందిరానికి తిరిగివచ్చాడు.

"మరి" వివేచనా శీలి అడిగారు "మా భోజనాలయంలో వేలాడుతున్న పర్షియన్ జాలర్లను చూసావా? కోటలో ఉన్న తోట చూసావా. ఆ తోట సృష్టించడానికి అఖండ అనుభవశాలి అయిన మా తోటమాలికి పది సంవత్సరాలు పట్టింది. మా గ్రంథాలయంలో ఉన్న తాళపత్ర గ్రంధాలు గమనించావా?"

"ఆ కుర్రవాడికి తలవంపులు అయింది. తను ఏమీ చూడలేదని ఒప్పుకున్నాడు. ఆ వివేచానశీలి తనకు అప్పగించిన చెంచాలో నూనె క్రిందపడకుండా చూడటమే తన ఏకైక లక్ష్యం అయింది.

"అయితే తిరిగివెళ్లి ప్రపంచంలో అద్భుతాలు దర్శించు." వివేచానాశీలి అన్నారు. "ఒక మనిషి ఇంటిని గురించి తెలియకపోతే నువ్వు ఆ మనిషిని నమ్మకూడదు."

"దానితో కొంచెం తేరుకుని ఆ కుర్రవాడు ఆ చెంచా తీసుకొని కోట పరి శీలనగా చూడటానికి బయలుదేరాడు. ఇప్పుడు గోడలమీద, మందిరంకప్పుమీద, అన్నిచోట్ల ఉన్న కళాఖండాలను వివరంగా దర్శించాడు. చుట్టూఉన్న తోటలు, కొండలు అందమైన పూలు అన్నీ, వాటి వెనక ప్రతిఫలిస్తున్న అభిరుచిని ఆనందించాడు. తిరిగి వచ్చిన తర్వాత తను చూసినదంతా ఆ వివేచానాశీలికి వివరంగా చెప్పాడు.

"మరి ఆచెంచాలో నూనె చుక్కల మాటేమిటి?" వివేచనాశీలి అడిగారు.

"తన చేతిలో ఉన్న స్పూన్ చూసి అందులో ఉన్న నూనె ఎక్కడో పడిపోయింది అని గ్రహించాడు.

"నేను నీకు ఇవ్వగలిగిన నా సలహా ఒక్కటే" ఆ వివేచనాశీలి అన్నారు. "ప్రపంచంలోని అద్భుతాలు అన్నీ చూస్తూకూడా చెమ్చాలోని నూనె చుక్కలను మరిచిపోకుండా ఉండటమే ఆనందంలో పరమ రహస్యం."

ఆ గొర్రెలకాపరి ఏమీ మాట్లాడలేదు. ఆ ముసలిరాజు చెప్పిన కథ అతనికి ఇప్పుడు అర్థమైంది. గొర్రెలకాపరికి దేశాటనంమీద ఆసక్తి ఉంటే ఉండవచ్చు. కానీ తన గొర్రెలమందను ఎన్నటికీ మర్చిపోకూడదు.

ఆ ముసలాయన కుర్ర వాడిని చూశారు. తన రెండు చేతులు కలిపి ఆ కుర్రవాడి తల మీద చిత్రవిచిత్రమైన భంగిమలు చేశారు. ఆ తర్వాత తనగొర్రెల ను తీసుకొని అక్కడినుంచి నిష్క్రమించారు.

* * *

తరీఫాలో అన్నిటికంటే ఎత్తయిన చోట ఒక పురాతనమైన తోట ఉన్నది. దానిని మూర్లు నిర్మించారు. ఆ కోట గోడల మీద ఎక్కి దూరాన ఉన్న ఆఫ్రికా చూడవచ్చు. మధ్యాహ్నం సేలం రాజు మేల్చీజేదేక్ ఆ కోటగోడమీద కూర్చున్నారు. ఆయన ముఖం మీదికి లెవాన్టర్ గాలి సోకింది. గొర్రెలు అక్కడే తిరుగాడుతున్నాయి. కొత్త యజమానితో వాటికి ఇంకా సఖ్యత కుదరలేదు. తమ చుట్టూ కలిగిన మార్పును చూసి హుషారుగా ఉన్నాయి. వాటిని కావల సిందల్లా తిండి, నీళ్లు.

రేవులోనుంచి దూరంగా వెళుతున్న చిన్న ఓడను గమనించసాగాడు మెల్చీజేదేక్. పదోవంతు దక్షిణ చెల్లించిన అబ్రహాంను ఆయన మళ్లీ చూడలేదు. అలాగే వాడినికూడా చూడబోవడం లేదు. తన ఉద్యోగం అదే.

దేవుళ్లకు అదృష్టాలు అంటూ ఉండవు. కనుక వాళ్లకు కోరికలుకూడా ఉండకూడదు. కానీ కుర్రవాడు ఎలాగైనాసరే విజయం సాధించాలని సేలంరాజు మనస్ఫూర్తిగా కోరుకున్నాడు.

వాడు త్వరలోనే నాపేరు మర్చిపోవటం దురదృష్టకరం, అని ఆయన ఆలోచన. వాడికి మళ్లీ చెప్పి ఉండవలసింది. అప్పుడు నన్ను గురించి చెప్పేటపుడు నేను సేలంరాజు మేల్చీజేదేక్ అని చెప్తాడు.

కొంచెం సిగ్గుపడుతూ ఆయన తల పైకెత్తి ఆకాశం వైపు చూశాడు. “నువ్వు అన్నట్లు ఇది దాంబికాలలోకెల్లా దాంబికం అని నాకు తెలుసు. కానీ ఒక ముసలిరాజు ఎప్పుడో ఒకసారి అయినా గర్వ పడాలి కదా!”

* * *

ఆఫ్రికా ఎంత విచిత్రంగా ఉన్నది – కుర్రవాడి ఆలోచన.

అతను ఒక బార్ లో కూర్చుని ఉన్నాడు. ఈ సారాదుకాణం కూడా టాన్జియర్ లో తను సందులు గొందులలో చూసిన ఇతర సారాదుకాణాల లాగానే ఉన్నది. కొంతమంది ఒక పెద్దగొట్టం చుట్టూ కూర్చొని ఒకరి తర్వాత ఒకరు అందించుకుంటూ వరుసగా ధూమపానం చేస్తున్నారు. అతను కొద్ది గంటల్లో చేతిలో చెయ్యి వేసుకొని నడుస్తున్న మగవాళ్లను, ముఖాలకు గుడ్డ అడ్డంకట్టుకున్న స్త్రీలను, బురుజులపైకి ఎక్కి ఏదో వల్లించుతున్న సాధువుల ను – వారిచుట్టూ ఉన్నవారు మోకాళ్ళమీద వంగి నుదురు నేలకు ఆనించి ఉంచారు – అందరినీ చూశాడు.

"అంతా మోసం." తనలో తనే అనుకున్నాడు. చిన్నపిల్లవాడుగా ఉన్నప్పుడు చర్చిలో తెల్లగుర్రం ఎక్కి, వరలోనించి తీసిన కత్తిపట్టుకొని ఉన్న శాంటియాగో మాటమోరోస్ బొమ్మ ఎప్పుడూ చూస్తూ ఉండేవాడు. ఆయన కాళ్ళదగ్గర కూడా ఇలాగే మోకాళ్ళమీద ఒంగివున్న మనుషుల బొమ్మలు ఉండేవి. విపరీతమైన ఆ వంటరితనంలో ఆ కుర్రవాడికి జబ్బు చేసినట్లు అనిపించింది. ఆ మోసగాళ్ల కళ్ళలో పైశాచికత్వం కనిపించింది.

ఇదికాక తన ప్రయాణాల హడావిడిలో తను ఒక విషయం, ఒక ముఖ్యమైన విషయం మర్చిపోయాడు. తనని తన నిధినుంచి దూరంగా ఉంచటానికి ఈ ఒక్క విషయం చాలు. ఈ దేశంలో అరబిక్ మాత్రమే మాట్లాడతారు.

ఆ దుకాణదారుడు కుర్రవాడి దగ్గరికి వచ్చాడు. కుర్రవాడు పక్కనున్న టేబుల్ మీద ఉన్న పానీయం చూపించాడు. తీరా రుచిచూసేసరికి అది చేదు తేనీరు అయికూర్చున్నది. కుర్రవాడు వైన్ అనుకున్నాడు.

ప్రస్తుతం దానిని గురించి విచారించనక్కర్లేదు. ఇప్పుడు ఆనిధిని గురించి, దానిని సాధించటం ఎలాఅన్న విషయం గురించి ఆలోచించాలి. గొర్రెలు అమ్మిన తరువాత తన దగ్గర సంచిలో కావలసినంత డబ్బు ఉన్నది. డబ్బులో మ్యాజిక్ ఉన్నదని ఆ కుర్రవాడికి తెలుసు. డబ్బు ఉన్న వారు ఎవరూ ఒంటరివాళ్లుకారు. త్వరలోనే, అంటే కొద్దిరోజుల్లోనే తను పిరమిడ్స్ చేరుకుంటాడు. బంగారు కవచం తొడిగిన ఆ ముసలాయన ఆరుగొర్రెల కోసం అబద్ధం చెప్పిఉండడు.

ముసలాయన జాడలని గురించి, శకునాలనుగురించి చెప్పాడు. జల సంధి దాటుతున్నప్పుడు కుర్రవాడు కూడా శకునాలను గురించి ఆలోచించాడు. తాను ఏమి మాట్లాడుతున్నాడో ఆ ముసలాయనకు బాగా తెలుసు. ఆ కుర్రవాడు ఆన్డలూసియా పొలాలలో కాలం గడుపుతున్నప్పుడు పైన ఆకాశము, కింద నేలచూసి ఏ దారిన వెళ్లాలో తెలుసుకునేవాడు. అతను అందుకు అలవాటు పడిపోయాడు. ఒక పక్షి కనపడింది అంటే దగ్గరలో ఎక్కడో పాము ఉన్నది అని అర్థం. ఒక పొద కనిపించింది అంటే ఆ ప్రాంతంలో నీరు ఉన్నది అని అర్థం. ఇది గొర్రెలు అతనికి నేర్పిన పాఠం.

గొర్రెలని అంత చక్కగా నడిపించిన దేవుడు మనుషులను కూడా సవ్యంగా నడిపించుతాడు, అన్న ఆలోచన అతనికి ఊరట కలిగించింది. అప్పుడు టీ లో చేదు తగ్గినట్లు అనిపించింది.

"మీరెవరు?" స్పానిష్ లో ఒక స్వరం వెనకనుంచి అడగటం వినిపించింది.

ఆ కుర్రవాడికి ఊపిరి ఆడినట్లు అయింది. అతను శకునాలను గురించి ఆలోచిస్తున్నాడు. శకునం ఎదురయింది.

"మీరు శ్పానిష్ మాట్లాడుతున్నారు, ఎలా?" అతను అడిగాడు. ఆ కొత్త మనిషి యువకుడు. పాశ్చాత్య దుస్తులలో ఉన్నాడు. కానీ అతని ఒంటిరంగు అతను ఇక్కడివాడే అని చెబుతున్నది. అతను వయసులో, ఎత్తులో ఆ కుర్రవాడిని పోలుతాడు.

"ఇక్కడ దాదాపు ప్రతి ఒక్కరూ స్పానిష్ మాట్లాడుతారు. స్పెయిన్ కు మనము కేవలం రెండు గంటల దూరంలో ఉన్నాము."

"కూర్చోండి. ఏదైనా తీసుకోండి." ఆ కుర్రవాడు అన్నాడు. "నాకు ఒక గ్లాసు వైన్ తీసుకు రమ్మని చెప్పండి. ఈ టీ అంటే నాకు అసహ్యంగా ఉంది."

"ఈ దేశంలో వైన్ ఉండదు." ఆ యువకుడు చెప్పాడు. "ఇక్కడ మతం దానిని నిషేధించింది."

అప్పుడు ఆ కుర్రవాడు తను పిరమిడ్లకు వెళ్ళాలి అని చెప్పాడు. తను వెతుకుతున్న నిధిని గురించి దాదాపు చెప్పినంత పనిచేసి ఆగిపోయాడు. తను చెప్తే అక్కడికి దారి చూపించినందుకు ఆ అరబ్ అందులో వాటా అడగవచ్చు. తన చేతిలో లేనిదానిని ఇతరులకు ఇవ్వటాన్ని గురించి ముసలాయన చెప్పిన విషయం అతనికి గుర్తు వచ్చింది.

"మీకు చేతనయితే నన్ను అక్కడికి తీసుకు వెళ్ళండి. నాకు దారి చూపించినందుకు మీకు వెల ముట్ట చెబుతాను."

"అక్కడికి ఎలా వెళ్లాలో మీకు ఏమైనా తెలుసునా?" ఆ ఆగంతకుడు అడిగాడు.

ఆ దుకాణదారుడు పక్కనేఉండి తమ సంభాషణలు జాగ్రత్తగా వింటున్నాడన్న విషయం ఆ కుర్రవాడు గమనించాడు. అతను అక్కడ ఉంటే ఆ కుర్రవాడికి ఇరకాటంగా ఉన్నది. కానీ తనకు దారి చూపే మనిషి ఎవరో ఒకరు దొరికారు. అతను ఆ అవకాశం వదలుకో దలుచుకోలేదు.

"మీరు సహారా ఎడారి అంతా దాటాలి." ఆ యువకుడు అన్నాడు. "అందుకు డబ్బు కావాలి. మీ దగ్గర సరిపడినంత డబ్బు ఉన్నదో లేదో నాకు తెలియాలి."

ఆ కుర్రవాడికి ఆ ప్రశ్న వింతగా తోచింది. నీకు నిజంగానే ఏదైనా కావలసినప్పుడు ఈ విశ్వం అనుకూలంగా తోడ్పడుతుంది అని ఆ ముసలాయన చెప్పిన మాటలు అతనికి గుర్తు వచ్చాయి. అతను ఆ ముసలాయనను నమ్మాడు.

అతను తన సంచీలోంచి సొమ్ముతీసి ఆ యువకుడికి చూపించాడు. ఆ దుకాణదారుడు కూడా వచ్చిచూశాడు. ఇద్దరూ అరబిక్‌లో ఏదో మాట్లాడుకున్నారు. దుకాణదారుడికి కోపం వచ్చినట్లు తెలుస్తున్నది.

"ఇక్కడి నుంచి బయట పడదాం రండి." కొత్త మనిషి అన్నాడు. "ఆయన మనలను వెళ్ళమంటున్నాడు."

ఆ కుర్రవాడికి తేలిక పడ్డట్టు అయింది. బిల్లులు చెల్లించడానికి అతను లేచాడు. కానీ ఆ దుకాణదారుడు అతనిని పట్టుకొని కోపంగా బడ బడ మాట్లాడ సాగాడు. ఆ కుర్రవాడు బలిష్టుడే. ఎదురు తిరగాలి అనుకున్నాడు. కానీ తాను పరదేశంలో ఉన్నాడు. ఆ కొత్త స్నేహితుడు షాపుయజమానిని పక్కకు తోసాడు. కుర్రవాడిని తనతోపాటు బయటకు లాక్కు వచ్చాడు. " ఆయనకు నీసొమ్ము కావాలి." అతను అన్నాడు. "టాంజియర్ ఆఫ్రికాలో ఇతరప్రాంతాలలాగా కాదు. ఇది సముద్రపు రేవు. ప్రతి రేవులోను దొంగలు ఉంటారు."

ఆ కుర్రవాడు తన కొత్తమిత్రుడిని నమ్మాడు. ప్రమాదకరమైన పరి స్థితిలో తనకు సాయంచేశాడు. అతను తన దగ్గర ఉన్న డబ్బు బయటికితీసి లెక్కపెట్టాడు.

"మనము రేపటికి పిరమిడ్లు చేరుకోవచ్చు." డబ్బు తీసుకుంటూ రెండవ అతను అన్నాడు. "కానీ మనం రెండు ఒంటెలు కొనాలి."

వారు ఇద్దరూ కలిసి టాంజియర్ సందులగుండా నడిచారు. దారి పొడుగునా ప్రతిచోటా అమ్మకాలకు వస్తువులతో దుకాణాలు ఉన్నాయి. అలా నడిచి ఇద్దరూ ఒక పెద్దమార్కెట్ చేరుకున్నారు. అక్కడ వేలాదిమంది మనుషులు ఉన్నారు. వారంతా వాదించు కుంటూ, అమ్మకాలు చేస్తూ, కొనుగోలు చేస్తూ ఉన్నారు. కత్తులతోపాటు కూరగాయలుకూడా అమ్మకానికి ఉన్నాయి. పొగాకు పక్కనే తివాచీలు. కాని ఆ కుర్రవాడు తన కొత్త మిత్రుడినుంచి దృష్టి మలపలేదు. తనసొమ్ము అంతా అతని దగ్గరనే ఉన్నది. అది తన చేతికి ఇవ్వమని అడగాలి అనుకుంటున్నాడు. కానీ అందుకు స్నేహితం అడ్డువచ్చింది. ఈ కొత్తదేశంలో సంప్రదాయాలు ఏమిటో అతనికి తెలియదు.

"వాడిని జాగ్రత్తగా కనిపెట్టి ఉంటాను." తనలో తనే అనుకున్నాడు. తన మిత్రుడికంటే తను బలశాలి అని అతనికి తెలుసు.

ఆ గందరగోళంలో హఠాత్తుగా అతను చాలా అందమైన ఒకకత్తిని చూశాడు. అంత అందమైన కత్తి అతను అంతకుమునుపు ఎన్నడు చూసి ఉండలేదు. కత్తి ఒర వెండితో చేసి ఉన్నది. కత్తిపిడి నల్లగా ఉండి విలువైన రాళ్లతో ఒదిగి ఉన్నది. ఈజిప్ట్ నుంచి తిరిగి వచ్చేటప్పుడు ఆ కత్తి కొనితీరాలి అని అనుకున్నాడు ఆ కుర్రాడు.

"ఆ కత్తి ఎంతఅవుతుందో, దుకాణదారుడిని అడుగు." అని అతను తన స్నేహితుడికి చెప్పాడు. ఆ కత్తి చూస్తూ కొద్ది క్షణాలు తను పరధ్యానంలోకి వెళ్లాడని గ్రహించాడు. అతని గుండె పిండినట్లు అయింది. చుట్టూ చూడటానికి భయపడ్డాడు. ఏమి కనిపిస్తుందో అతనికి తెలుసు. చుట్టూతిరిగిచూడటానికి ధైర్యం వచ్చినదాకా మరికొంతసేపు ఆ అందమైన కత్తినే చూస్తూ ఉన్నాడు.

చుట్టూ మార్కెట్. వచ్చే పోయే జనం. అరుపులు కేకలు. విచిత్ర ఆహార పదార్థాల వింతవాసనలు... కానీ అతని స్నేహితుడిజాడ మాత్రం ఎక్కడా కనబడలేదు.

తన స్నేహితుడు అనుకోకుండా తననుంచి వేరుపడ్డాడని నమ్మటానికి ఆ కుర్రవాడు సిద్ధపడ్డాడు. అక్కడే నిలబడి స్నేహితుడి కోసం కాచుకొని ఉండటానికి నిశ్చయించుకున్నాడు. అతను అలాఉండగా ఒక ప్రీస్ట్ దగ్గరలో ఉన్న బురుజు పైకి ఎక్కి పారాయణం ఆరంభించాడు. మార్కెట్లో ప్రతిఒక్కరూ

మోకాళ్ళ మీద వంగి కూర్చున్నారు. నుదురు నేలకు తాకించారు. ఆయనతో కలిసి పారాయణం ప్రారంభించారు. ఆ తర్వాత శ్రమజీవులైన చీమలలాగా తమ దుకాణాలు కట్టివేసి వెళ్లిపోయారు.

సూర్యుడు కూడా సెలవు తీసుకోవటం అయింది. ఆ కుర్రవాడు కొంతసేపు సూర్యుడి అస్తమయం అనుసరించి గమనించాడు. ఆ తర్వాత సూర్యుడు చుట్టూఉన్న ఇళ్ళవెనుకకు వెళ్ళిపోయాడు.. ఆ ఉదయం సూర్యుడు ఉదయించినప్పుడు తను ఇంకా 60 గొర్రెలకు కాపరి. ఒక అమ్మాయిని కలవడానికి ఎదురు చూస్తున్నాడు అప్పుడు. ఆ ఉదయం తనకు పరిచయం ఉన్న పొలాలలో నడుస్తూ ఉండగా ఆనాడు ఏమి జరగబోతుందో తనకి బాగా తెలుసు. కానీ ఇప్పుడు సూర్యుడుఅస్తమించుతున్న సమయంలో తను మరొక దేశంలో ఉన్నాడు. ఒక కొత్త దేశంలో తను కొత్తమనిషి. అక్కడ తనకు వారి భాషకూడా తెలియదు. ఇప్పుడు తను గొర్రలకాపరి కాదు. తన దగ్గర ఏమీలేదు. తిరిగివెళ్లి అంతా మొదలు ఎత్తుకోవటానికి కూడా తన దగ్గర డబ్బు లేదు.

ఇదంతా సూర్యోదయానికి సూర్యాస్తమయానికి మధ్య జరిగింది. అది అతని ఆలోచన. తనమీద తనకే జాలి వేసింది. తన జీవితం అంత హఠాత్తుగా అంత దారుణంగా మారిపోయింది. అందుకు అతనికి ధుఃఖం వస్తున్నది.

ఆ అవమానంలో అతనికి ఏడవాలి అనిపించింది. తన గొర్రెల ఎదుటకూడా అతను ఎన్నడూ ఏడవలేదు. ఇప్పుడు మార్కెట్ అంతా ఖాళీగా ఉన్నది. ఎవరూ లేరు. తను ఇంటినుంచి చాలాదూరంలో ఉన్నాడు. కనుక అతను భోరున ఏడ్చాడు. దేవుడి నిర్దయ తలచుకొని ఏడ్చాడు. తమ కలలు నమ్మినవారికి భగవంతుడు ఇలా ప్రతిఫలం ఇస్తాడు అని ఏడ్చాడు.

నా గొర్రెలు ఉన్నప్పుడు నేను సంతోషంగా ఉన్నాను. నా చుట్టూఉన్నవారిని కూడా సంతోష పెట్టాను. నేను వస్తూఉంటే చూసి జనం నాకు స్వాగతం పలికేవారు. ఇప్పుడు నేను ధుఃఖంలో ఉన్నాను. ఒంటరి వాడిని. ఒక మనిషి నన్ను మోసంచేశాడు. కనక నాకు మనుషులంటే అసహ్యం పుట్టి వారిని ద్వేషించ పోతున్నాను. నాకు నా నిధి ఇంతకూ దొరకనేలేదు. కనుక నిధి దొరికినవాళ్ళు అంటే నాకు అసహ్యం, ద్వేషం. ఇప్పుడు నాకు ఉన్న దానిని గట్టిగా పట్టుకు కూర్చుంటాను. ఈ ప్రపంచాన్ని జయించటానికి నేను ఒక అనామకుడిని, అల్పుడిని.

తన దగ్గర ఇంకా ఏమి మిగిలి ఉన్నదో చూడటానికి తనసంచి తెరిచాడు. బహుశా ఓడమీద తను తినగా మిగిలిన శాండ్విచ్ ఉండవచ్చు. కానీ బరువైన ఆ పుస్తకం, అతని జాకెట్టు, ఆ ముసలాయన అతనికి ఇచ్చిన రెండురాళ్లు మాత్రమే అతనికి దొరికాయి.

ఆ రెండురాళ్ళు చూడగానే అతనికి ఎందుకోగానీ కొంత ఊరట కలిగింది. విలువైన ఈ రాళ్లు బంగారపు కవచంలోనించి తీసినవి. ఆ రెండు రాళ్ళకోసం తను ఆరు గొర్రెలు మూల్యం చెల్లించాడు. అతను ఆ రాళ్లు అమ్మి తిరుగుటిక్కెట్టు కొనుక్కోవచ్చు. కానీ ఈసారి తెలివిగా ప్రవర్తిస్తున్నాను అనుకున్నాడు అతను. ఆ రాళ్లను సంచిలోనుంచి తీసి తనజేబులో పెట్టుకున్నాడు. ఇది రేవు పట్టణం. రేవుపట్టణాలు అంతా దొంగల మయం అన్నది ఒక్కటే తన స్నేహితుడు చెప్పిన నిజం.

ఆ సారాయి దుకాణదారుడు ఎందుకు కోపంతో ఎగిరి పడ్డాడో అతనికి ఇప్పుడు అర్థం అయింది. ఎదుటి మనిషిని నమ్మవద్దు అని చెప్పటానికి అతను ప్రయత్నించాడు. " నేనూ అందరిలాంటి వాడినే. నేను ఏది జరగాలి అని అనుకుంటున్నానో ప్రపంచాన్ని ఆ కోణంలోనే చూస్తాను. నిజంగా ఏమి జరుగుతుంది అనే దృష్టితో చూడను."

అతను రాళ్లను సున్నితంగా తన వేళ్లతో నిమిరాడు. వాటి వెచ్చదనం, ఉపరితలం అతనికి ఒక అనుభూతి కలిగించాయి. అవే అతని సంపద. అవి చేతిలో పట్టుకుంటేనే మంచి అనుభూతి కలుగుతున్నది. అవి ఆ ముసలాయనను గుర్తు చేస్తున్నాయి.

"నీకు ఏదైనా కావలసినప్పుడు ఈ విశాలవిశ్వం దానిని సాధించటానికి నీకు సాయపడుతుంది." అని ఆయన చెప్పారు.

ఆ ముసలాయన చెప్పినదానిలో నిజం అర్థం చేసుకోవడానికి ఆ కుర్రవాడు ప్రయత్నిస్తున్నాడు. ప్రస్తుతం తను నిర్మానుష్యంగా ఉన్న మార్కెట్లో ఉన్నాడు. తన చేతిలో చిల్లిగవ్వ కూడా లేదు. రాత్రి కాపలా కాయడానికి ఒక్క గొర్రె కూడా లేదు. కానీ తను ఒకరాజును కలుసుకున్నాడు అనటానికి ఆ రాళ్ళే నిదర్శనం. ఆ రాజుకు ఆ కుర్రవాడి గతంఅంతా తెలుసు.

"వాటిని యూరిమ్, తుమ్మిం అంటారు. శకునాలు అర్థం చేసుకోవడానికి అవి నీకు సాయపడతాయి." కుర్రవాడు ఆ రాళ్లు సంచిలోపెట్టి, ఒక ప్రయోగం చేయాలని నిశ్చయించుకున్నాడు. అతను తన ప్రశ్నలు చాలాస్పష్టంగా అడగాలి

అని ముసలాయన చెప్పాడు. అలా చేయాలి అంటే తనకు ఏమి కావాలో ఆ కుర్రవాడికి స్పష్టంగా తెలిసి ఉండాలి. ఆ ముసలాయన ఆశీస్సులు తనకు ఇంకా ఉన్నాయా అని అతని ప్రశ్న.

సంచిలోనుంచి ఒక రాయి తీశాడు. అది "అవును" అని సమాధానం.

"నేను నిధి ఎక్కడ ఉందో కనుక్కోగలనా?" అతను అడిగాడు. అతను సంచీలో చెయ్యి పెట్టాడు. ఆ రెండు రాళ్లలో ఒక దానిని పట్టుకోవటానికి వెతికాడు. అతను అలా చేస్తూఉండగా సంచీకిఉన్న చిల్లిలోనుంచి జారి ఆరెండురాళ్ళూకిందపడ్డాయి. ఆ సంచిలో చిల్లి ఉన్నదనికూడా అతనికి తెలియదు. యురిం, తుమ్మిం లను వెతకటానికి అతను నేలమీదికివంగాడు. నేలమీద వాటిని చూడగానే అతని బుర్రలో మరొక మాట మెదిలింది.

"శకునాలను గుర్తించి వాటిని అనుసరించు." ముసలి రాజు చెప్పాడు.

శకునం. ఆ కుర్రవాడు తనలో తనే నవ్వుకున్నాడు. ఆ రెండు రాళ్ళు తీసుకొని సంచీలో వేసుకున్నాడు. సంచీకి ఉన్న చిల్లి బాగు చేయాలి అని అతనికి తోచలేదు. ఆ రాళ్లు అందులోనుంచి ఎప్పుడైనా కింద పడవచ్చు. విధిరాత నుంచి తప్పించుకోవడానికి ప్రయత్నించకూడదు అంటే కొన్ని విషయాలు అడగకూడదు అని అతను నేర్చుకున్నాడు. "నా నిర్ణయాలు నేనే చేస్తాను అని మాట ఇచ్చాను కదా!" అతను స్వగతం చెప్పుకొన్నాడు.

ఆ ముసలాయన ఇంకా తనకు తోడుఉన్నాడు అని ఆరాళ్లు చెప్పాయి. ఆమాట తలచుకోగానే అతనికి కొంతధైర్యం వచ్చింది. ఖాళీగాఉన్న ఆ కూడలిచుట్టూ మరొక్కసారి చూశాడు. ఇప్పుడు అతని నిరాశ, నిస్పృహ కొంతవరకు తగ్గాయి. ఇది వింతప్రదేశం ఏమీ కాదు. కేవలం కొత్త ప్రదేశం.

తను ఎప్పుడూ కోరుకున్నది అదే. కొత్త ప్రదేశాలు తెలుసుకోవటం. తాను ఎన్నటికీ పిరమిడ్లు చేరకపోయినా, అందరు గొర్రెల కాపరులకంటే తను చాలా ఎక్కువదూరం దేశాటనం చేశాడు. ఉన్నచోటనుంచి ఓడమీద రెండుగంటల దూరంలో ప్రాంతంలో పరిస్థితులు వస్తువులు ఎంత వేరుగా ఉంటాయో వాళ్లకు తెలియదు. ప్రస్తుతం అతని కొత్తప్రపంచం నిర్మానుష్యమైన ఒక మార్కెట్ మాత్రమే కావచ్చు. కానీ అది మనుషులతో కళకళలాడుతూ సజీవంగా ఉన్నప్పుడు అతను చూసాడు. అతను ఆ విషయం ఎన్నటికీ మర్చి పోలేదు. అతనికి ఆ కత్తి జ్ఞాపకం వచ్చింది. దానిని గురించి ఆలోచిస్తుంటే అతనికి కొంచెం బాధ వేసింది. కానీ అటువంటిదానిని అతను అంతకుముందు

చూసి ఎరగడు. ఇవన్నీ ఆలోచిస్తూ ఉండగా అతనికి ఒక మెలకువ కలిగింది. తను దొంగబారిన పడిన ఒక నిస్సహాయుడా, లేకపోతే తనవిధిని వెంటాడుతున్న సాహసికుడా? ఏదో ఒకటి తేల్చుకోవాలి.

"నేను సాహసికుడిని. సంపద వేటాడుతున్న సాహసికుడిని" తనకు తానే చెప్పుకున్నాడు.

* * *

అతనిని ఎవరో కుదిపి మేల్కొలిపారు. అతను ఆ మార్కెట్ మధ్యలోనే నిద్ర పోయాడు. ఇప్పుడు తెల్లవారింది. ఆ కూడలి క్రమంగా మేలుకో సాగింది. తన గొర్రెలకోసం చుట్టూ చూశాడు. అప్పుడు తను మరోప్రపంచంలో ఉన్నవిషయం గుర్తుకు వచ్చింది. అతనికి విచారానికి బదులు ఆనందం కలిగింది. ఇప్పుడు ఇక గొర్రెల తిండి, నీళ్లకోసం వెతుకులాట అక్కరలేదు. దానికి బదులు తననిధి వెతుక్కుంటూ బయలుదేరవచ్చు. చేతిలో చిల్లిగవ్వ కూడా లేదు. కానీ విశ్వాసం ఉన్నది. పుస్తకాల్లో చదివి తానుమెచ్చుకున్న సాహసికులలాగా తను కూడా ఒకసాహసి కావటానికి క్రితంరాత్రి నిశ్చయించుకున్నాడు.

ఆ మార్కెట్లో నిదానంగా నడిచాడు. వ్యాపారులు తమ దుకాణాలు తెరిచి సరుకులు సర్దుతున్నారు. ఆ కుర్రవాడు ఒక కలకండ వ్యాపారికి అతనిపనిలో సాయంచేసాడు. ఆ వ్యాపారి ముఖం సంతోషంతో విప్పారింది. తన జీవితం ఏమిటో అతనికి తెలుసు. ఆరోజు కార్యక్రమం మొదలుపెట్టడానికి అతను సిద్ధంగా ఉన్నాడు. సంతోషంగా ఉన్నాడు. ఆ వ్యాపారి ముఖంమీద నవ్వుచూసి ఆ కుర్రవాడికి - తాను కలుసుకున్న నిగూఢమహారాజు - ముసలాయన గుర్తు వచ్చాడు. "ఈ వ్యాపారి దూరతీరాలు ప్రయాణం చేయటానికి, లేదా మరొకవ్యాపారి కుమార్తెను పెళ్లి చేసుకోవడానికో కలకండ తయారుచేయటం లేదు. తను చేయాలి అనుకున్నాడు. చేస్తున్నాడు. అంతే." ఆ కుర్రవాడి ఆలోచన. ముసలాయన చేసిన పని - ఒక మనిషి తన గమ్యానికి దగ్గరలో ఉన్నాడా, దూరంలో ఉన్నాడా అని అనుభూతి చెందటం - తను కూడా చేయవచ్చు అని అతను గ్రహించాడు. వాళ్లను చూసి ఆ విషయం చెప్పవచ్చు. అది సులభం. కానీ ఇంతవరకూ నేను ఎప్పుడూ చేయలేదు - అతని ఆలోచన.

దుకాణం అంతా అమర్చిన తర్వాత ఆ మిఠాయి వ్యాపారి ఆనాడు తను తయారుచేసిన మొదటి మిఠాయి ఇచ్చాడు. ఆ కుర్రవాడు అతనికి ధన్యవాదాలు

చెప్పి, ఆ మిఠాయితిని, తనదారిన తను వెళ్లిపోయాడు. కొంత దూరం వెళ్లిన తర్వాత, దుకాణం అమర్చు తున్నపుడు తమ ఇద్దరిలో ఒకరు అరబిక్ మాట్లాడారు మరొకరు స్పానిష్ మాట్లాడారు అన్న విషయం గుర్తుకు వచ్చింది.

కానీ ఇద్దరూ ఒకరినొకరు పూర్తిగా అర్థం చేసుకున్నారు.

మాటలకు అతీతమైన భాషఒకటి ఉండాలి అని ఆ కుర్రవాడి ఆలోచన. నా గొర్రెలతో నాకు ఆ అనుభవం ఉన్నది. ఇప్పుడు అదే అనుభవం మనుషులతోకూడా కలుగుతుంది.

అతను ఎన్నో కొత్త విషయాలు నేర్చుకున్నాడు. వాటిలో కొన్ని అతనికి అప్పటికే అనుభవంలోకి వచ్చి ఉన్నాయి. అతనికి కొత్త ఏమీ కాదు. అయితే వాటిని ఆ దృష్టితో గమనించలేదు. వాటికి అలవాటు పడిపోయాడు కనుక ఆ దృష్టితో గమనించలేదు. మాటల అవసరం లేకుండా ఈ భాష నేను నేర్చుకోగలిగితే, ఈ ప్రపంచాన్ని అర్థం చేసుకోవడంకూడా నేర్చుకోగలరు.

ఇప్పుడు అతను ప్రశాంతంగా ఉన్నాడు. హడావిడి ఏమీ లేకుండా అతను టాన్జియర్ సన్నని వీధులగుండా నడవటానికి నిశ్చయించుకున్నాడు. ఆ విధంగా తను కొన్నిశకునాలు చూడవచ్చు. అందుకు చాలా ఓర్పుకావాలి అని అతనికి తెలుసు. గొర్రెల కాపరులకు ఓర్పును గురించి అంతా తెలుసు. ఆ కొత్త ప్రదేశంలో కూడా తను గొర్రెల దగ్గర నేర్చుకున్న పాఠాలను ప్రయోగి స్తున్నారు అని అతను గమనించాడు.

“అంతా ఒకటే.” ఆ ముసలాయన చెప్పాడు.

* * *

తెల్లవారగానే గాజుసామాను వ్యాపారి మేల్కొన్నాడు. ప్రతిరోజూ లాగానే ఉదయంకూడా ఆయన ఆదుర్దాగా ఉన్నారు. ఆయన 30 సంవత్సరాలనుంచి అదే స్థలంలో ఉన్నాడు. కొండఎగువకు పోయే దారిలో చివర ఆయన దుకాణం. అక్కడికి వెళ్ళే కొనుగోలుదారులు చాలా తక్కువ. కానీ ఇప్పుడు ఏదీ మార్చటానికి అవకాశం లేదు. అతను నేర్చుకున్నది అంతా క్రిస్టల్ గాజు సామాన్లు కొనటము, అమ్మటము. అంతే. ఒకనాడు ఆ దుకాణం చాలామందికి తెలుసు - అరబ్బు వర్తకులు, ఫ్రెంచ్, ఇంగ్లీష్ భూగర్భ శాస్త్రజ్ఞులు, బూట్లు టకటకలాడించే జర్మన్ సైనికులు. ఆ రోజుల్లో గాజువస్తువుల అమ్మకం అద్భుతంగా ఉండేది. తను

ధనవంతుడు అయి, వయసు వచ్చేకొద్దీ తన ప్రక్కన అందమైన యువతులు చేరుతారు అని ఆశించాడు.

కానీ కాలం గడిచేకొద్దీ టాన్జియర్ మారిపోయింది. దగ్గరలో ఉన్న కీటా నగరం టాన్జియర్ కంటే త్వరగా పెరిగింది. టాన్జియర్ వ్యాపారం పడిపోయింది. ఇరుగుపొరుగు వాళ్లు అక్కడినుంచి కదిలారు. ఇప్పుడు కొండమీద కొద్దిపాటి దుకాణాలు మాత్రమే ఉన్నాయి. ఆ కొద్ది దుకాణాలకోసం ఎవరూ కొండ ఎక్కబోవడంలేదు.

కానీ ఈ గాజుసామాన్ల వ్యాపారికి వేరేదారి లేదు. స్ఫటిక వస్తువులు కొంటూ, అమ్ముతూ ఆయన అక్కడ 30 సంవత్సరాలు గడిపాడు. ఇప్పుడు వేరేఏదైనా చేయటం అసాధ్యం. కాలాతీతమైంది.

ఆ వీధిలో అరుదుగా జరిగే రాకపోకలు గమనిస్తూ ఉదయం అంతా గడిపాడు. ఎన్నో సంవత్సరాల నుంచి ఆయన చేస్తున్నపని అదే. ఆ దారిన వెళ్లేవారు ప్రతిఒక్కరూ ఏమి చేసన్తూ ఉంటారో ఆయనకు క్షుణ్ణంగా తెలుసు. భోజన సమయానికి మరి కొద్దినిమిషాలు ఉన్నాయి అనగా ఆ దుకాణం ముందర ఒక కుర్రవాడు ఆగాడు. అతని దుస్తులు సాధారణంగా ఉన్నాయి. అనుభవం పండిన ఆ వ్యాపారి కళ్ళకు ఆ కుర్రవాడిదగ్గర ఖర్చుపెట్టడానికి డబ్బులేదు అని తెలిసిపోయింది. ఆ కుర్రవాడు అక్కడినుంచి వదిలేవరకూ, తన భోజనం ఆగవచ్చు అని ఆ వ్యాపారి నిశ్చయించుకున్నాడు.

* * *

ద్వారానికి వేలాడుతున్న ఒకకార్డుమీద ఆదుకాణంలో చాలాభాషలు మాట్లాడుతారు అని ప్రకటించి ఉన్నది. ఆ కౌంటర్ వెనక ఒకమనిషి ప్రత్యక్షం కావటం ఆ కుర్రవాడు చూశాడు.

"మీకు కావాలంటే ఆ కిటికీ అద్దాలు నేను తుడిచి శుభ్రం చేస్తాను." ఆ కుర్రవాడు అన్నాడు. "ప్రస్తుతం వాటిముఖం చూస్తే ఎవరూ ఏ మీ కొనబోవటం లేదు."

ఏమీ సమాధానం చెప్పకుండా ఆ మనిషి అతని వైపు చూశాడు.

"అందుకు మీరు నాకు తినటానికి ఏమైనా ఇస్తేచాలు."

అప్పటికీ ఆ మనిషి ఏమీ మాట్లాడలేదు. తనే ఏదోఒకటి నిర్ణయించుకోవాలి అని ఆ కుర్రవాడికి అర్థమైపోయింది. అతని సంచిలో అతని జాకెట్ ఉన్నది. ఎడారిలో అతనికి దాని అవసరం ఉండదు. జాకెట్ బయటికి తీసి అతను షోకేస్ అద్దాలు శుభ్రం చేయటం మొదలుపెట్టాడు. అరగంటలో ఆ కిటికీలో ఉన్న అద్దాలు అన్నీ తుడిచి శుభ్రంచేశాడు. అతను ఆపని చేస్తున్నప్పుడు ఇద్దరు కొనుగోలుదారులు షాపులో ప్రవేశించి కొన్ని గ్లాసులు కొన్నారు.

శుభ్రం చేయటం పూర్తిఅయిన తర్వాత ఆ కుర్రవాడు ఆయనను తినటానికి ఏమైనా ఇవ్వమని అడిగాడు. “పద, ఇద్దరం కలిసి భోజనం చేద్దాం.” అన్నాడు వ్యాపారి.

ద్వారం మీద ఒక నోటీసు పెట్టాడు. ఇద్దరూ కలిసి దగ్గరలో ఉన్న ఒక ఫలహారశాలకు వెళ్లారు. అక్కడ ఒకే ఒక టేబుల్ ఉన్నది. ఇద్దరూ అక్కడ కూర్చుంటూ ఉండగా, గాజుసామాను వ్యాపారి నవ్వాడు.

“నువ్వు ఏమీ తుడిచిశుభ్రం చేయవలసినఅవసరం లేదు,” ఆయన అన్నాడు. “ఆకలితో ఉన్న వారికి ఆహారం పెట్టుమని ఖురాన్ ఆదేశం.”

“మరైతే నన్ను ఎందుకు చేయనిచ్చారు?” కుర్రవాడు అడిగాడు.

“గాజుపలకలు మురికిగా ఉన్నవి కనుక. నువ్వూ, నేనూ ఇద్దరమూ మన మనసులోఉన్న విముఖమైన ఆలోచనలు తుడిచి వేయాలి, శుభ్రం చేయాలి.”

తినటం పూర్తి అయిన తర్వాత ఆ వర్తకుడు కుర్రవాడితో “నువ్వు నా దుకాణంలో పనిచెయ్యి.నువ్వు పనిచేస్తున్నప్పుడు ఇద్దరు కొనుగోలుదారులు వచ్చారు. అది శుభ శకునం.”

జనం శకునాలను గురించి చాలా మాట్లాడుతారు - గొర్రెలకాపరి ఆలోచన. నిజానికి వారు ఏమి చెబుతున్నారో వారికి తెలియదు. ఇన్ని సంవత్సరాలుగా నా గొర్రెలతో మాటలు లేకుండానే నేను మాట్లాడుతూ వున్నానని నేను గ్రహించనేలేదు. వీళ్ళూ అంతే.

“నువ్వు నా దగ్గర పనిచేస్తావా?” వర్తకుడు అడిగాడు.

“ఈ రోజంతా పనిచేస్తాను.” కుర్రవాడి సమాధానం.” రాత్రిఅంతా తెల్లవారినదాకా పనిచేస్తాను. మీ దుకాణంలో ఉన్న ప్రతి ఒక్క వస్తువూ శుభ్రంచేస్తాను. అందుకు బదులుగా రేపు ఈజిప్ట్ చేరటానికి సరిపడా డబ్బు నాకు కావాలి.”

ఆ వ్యాపారి నవ్వాడు. "నా దుకాణంలో ఉన్న ప్రతిఒక్క వస్తువూ నువ్వు సంవత్సరం పొడుగునా శుభ్రం చేసినా, ఇక్కడ ఉన్న ప్రతిఒక్క వస్తువు అమ్మి మంచి కమిషన్ సంపాదించినా, ఈజిప్ట్ చేరటానికి నువ్వు ఇంకా అప్పుచేయాల్సి వస్తుంది. ఇక్కడికీ అక్కడికీ మధ్య వేలాది మైళ్ళ ఎడారి ఉన్నది."

అప్పుడు ఒక్కక్షణం ప్రగాఢమైన నిశ్శబ్దం ఆవరించింది. నగరం అంతా నిద్రపోతున్నదా అనిపిస్తున్నది. బజార్లో సడీ చప్పుడూ లేదు. వ్యాపారుల మధ్య వాదోపవాదాలు లేవు. బురుజులు ఎక్కి పారాయణం చేసేవారు లేరు. ఆశ, సాహసం, ముసలి రాజు, అదృష్టాలు, సంపదలు, పిరమిడ్లు ఏవీ లేవు.ఆ కుర్రవాడి అంతరంగం లాగానే ప్రపంచం మొత్తం నిశ్శబ్దం అయిపోయింది అనిపించింది. ఆ ఫలాహారశాల ద్వారంలోనుంచి శూన్యంగా చూస్తూ కూర్చున్నాడు ఆ కుర్రవాడు. ఆ క్షణంలో తను చనిపోతే బాగుండును, అంతా అంతమైపోతే బాగుండును అని అతని కోరిక.

ఆ కుర్రవాడిని గమనించిన వ్యాపారికి కొంత ఆదుర్దా కలిగింది. అతనిలో ఆ ఉదయం ఆయన చూసిన సంతోషం అంతా హఠాత్తుగా మాయమైపోయింది.

"నీ దేశానికి తిరిగి వెళ్లడానికి కావలసిన డబ్బు నేను ఇస్తాను, బిడ్డా!" అన్నాడు ఆ వ్యాపారి.

కుర్రవాడు ఏమీ మాట్లాడలేదు. అతను లేచి తన బట్టలు సవరించుకున్నాడు. తన సంచి తీసుకున్నాడు.

"మీ దగ్గర పనిచేస్తాను." అన్నాడు అతను.

మరికొంత సుదీర్ఘ నిశ్శబ్దం తర్వాత అతను అన్నాడు. " కొన్ని గొర్రెలు కొనడానికి నాకు కొంతడబ్బు కావాలి."

రెండవ భాగం

గాజు సామాన్ల వ్యాపారి దగ్గర ఆకుర్రవాడు సుమారు నెల రోజుల నుంచి పనిచేస్తున్నాడు. కానీ ఆఉద్యోగం అతనికి అంతగా నచ్చలేదు. ఆ వ్యాపారి తన గల్లాపెట్టె దగ్గర కూర్చొని, గాజుసామాన్లతో జాగ్రత్తగా ఉండమని, ఏదీ పగలకుండా చూడమని రోజంతా గొడవ పెడుతూనే ఉంటాడు.

ఆ వ్యాపారి ఎంత సణుగుడురాయుడు అయినా ఆ కుర్రవాడిని బాగాచూసేవాడు. అందుకనే ఆ కుర్రవాడు ఉద్యోగం వదలలేదు. ప్రతివస్తువుమీద ఆ కుర్రవాడికి మంచి కమిషన్ దొరికేది. ఇప్పటికే అతను కొంతసొమ్ము వెనకేసుకున్నాడు. ఆరోజు ఉదయమే వాడు కొన్నిలెక్కలు వేశాడు. ఇప్పటిలాగా తను ప్రతి రోజు పనిచేస్తే, ఒక సంవత్సరం తర్వాతకాని తనకు కొన్ని గొర్రెలుకొనే స్తోమతురాదు.

"ఈ సామానులు ప్రదర్శించటానికి ఒక కేస్ తయారు చేయాలని ఉన్నది." ఆ కుర్రవాడు వ్యాపారితో అన్నాడు. "అది మనం బయట పెట్టవచ్చు. అప్పుడు కొండకింద మనుషులు దానిని చూసి ఆకర్షితులు అవుతారు."

"ఇంతకాలం నేను అటువంటిది ఏమీ పెట్టలేదు." వ్యాపారి సమాధానం. "దారిన వెళ్లేవాళ్లు దానిని తగులుతారు. అదికాస్తా ముక్కలవుతుంది."

"బాగుంది. గొర్రెలను తీసుకొని నేను పొలాలకు వెళ్ళినప్పుడు ఏ పామో కాటువేసి కొన్నిగొర్రెలు చచ్చిపోయి ఉండవచ్చు. గొర్రెలు, గొర్రెల కాపరుల బతుకు అంతే."

ఇంతలో ఒక ఖాతాదారుడు వచ్చి మూడు క్రిస్టల్ గ్లాసులు కావాలన్నాడు. వ్యాపారి అతనితో వ్యవహరించాడు. ఇప్పుడు అతని అమ్మకాలు ఎప్పటికంటే మెరుగ్గా ఉన్నాయి. ఈ వీధి టాన్జియర్‌లో ముఖ్య ఆకర్షణగా ఉన్ననాటి రోజులు తిరిగి వచ్చినట్లు అనిపించింది.

"వ్యాపారం బాగా పుంజుకుంది." ఆ ఖాతాదారుడు వెళ్లిపోయిన తర్వాత వ్యాపారి కుర్రవాడితో అన్నాడు. "నా పరిస్థితి మెరుగైంది. త్వరలోనే నువ్వు మీ గొర్రెల దగ్గరికి వెళ్ళవచ్చు. జీవితంలో అనవసరంగా శ్రమపడటం ఎందుకు?"

"శకునాలకు మనం బదులు పలకాలి కనుక." అనాలోచితంగా ఆ కుర్రవాడు జవాబు చెప్పాడు. అలా మాట్లాడినందుకు ఆతర్వాత నాలిక కరుచుకున్నాడు. ఈ వ్యాపారి రాజును ఎన్నడూ కలవలేదు కదా!

"దీనిని సానుకూలసూత్రం అంటారు. ప్రారంభకుల అదృష్టం. నువ్వు నీఅదృష్టాన్ని సాధించాలి అని జీవితం ఆశిస్తున్నది." ఆ ముసలిరాజు చెప్పాడు.

కానీ ఆ కుర్రవాడు చెప్పింది ఆ వ్యాపారి అర్థం చేసుకున్నాడు. ఆ కుర్రవాడు తనదుకాణంలో ఉండటమే ఒక శకునం. రోజులు గడుస్తున్న కొద్దీ గల్లాపెట్టెలోకి డబ్బులు తోసుకు వస్తున్నాయి. ఆ కుర్రవాడికి పని ఇవ్వటం చింతలేనిపని అయింది. ఆ కుర్రవాడికి యోగ్యతకు మించిన డబ్బు గిట్టుతున్నది. అమ్మకాలు ఎక్కువగా ఉండబోవు అనేద ృష్టితో ఆ వ్యాపారి మామూలుకంటే ఎక్కువ కమిషన్ ఇవ్వటానికి ఒప్పుకున్నాడు. ఆకుర్రవాడు త్వరలోనే గొర్రెల దగ్గరికి వెళతాడు అని ఆశించాడు.

"పిరమిడ్‌లకు వెళ్లాలని నీకుఎందుకు అనిపించింది?" ప్రదర్శనను గురించిన ఈ సంభాషణ దారి మళ్లించే ప్రయత్నంలో ఆయన ప్రశ్నించాడు.

"వాటిని గురించి ఎప్పుడూ వింటూఉండేవాడిని." అన్నాడు ఆ కుర్రాడు, తన కలను గురించి ఏమీ చెప్పకుండా. ప్రస్తుతానికి ఆ నిధి కేవలం బాధాకరమైన ఒక జ్ఞాపకం మాత్రమే. దానిని గురించి ఆలోచించకుండా ఉండటానికి విశ్వప్రయత్నం చేస్తున్నాడు.

"కేవలం పిరమిడ్లు చూడటంకోసం ఈ ఎడారి దాటటానికి ఇక్కడ ఎవరూ సిద్ధంగా ఉన్నారనుకోను." వ్యాపారి అన్నాడు. "అవి కేవలం రాళ్ల గుట్టలు. కావాలంటే మీ దొడ్లో నువ్వు కూడా ఒకటి కట్టవచ్చు."

"దేశాటనం గురించి మీరు ఎన్నడూ కలలు కనలేదు." అన్నాడు ఆ కుర్రవాడు దుకాణంలోకి అప్పుడే ప్రవేశిస్తున్న ఒక ఖాతాదారుకు స్వాగతం పలుకుతూ.

రెండురోజుల తర్వాత వ్యాపారి ప్రదర్శన విషయం కుర్రవాడితో ప్రస్తావించాడు.

"మార్పు అంటే నాకు అంత నచ్చదు." ఆయన అన్నాడు."నువ్వూ నేనూ ధనవంతుడైన వ్యాపారి ఆహసన్ లాంటి వాళ్ళం కాదు. కొనుగోలులో ఏదైనా పొరపాటు జరిగినా ఆయనకు పెద్దనష్టం ఏమీ లేదు. కానీ నువ్వూ నేనూ పొరపాటు చేస్తే ఫలితం అనుభవించాలి."

నిజమే అనుకున్నాడు ఆ కుర్రవాడు విచారంగా.

"అవును, అసలు మనకు ప్రదర్శన అవసరమని నువ్వు ఎందుకు అనుకున్నావు?"

"నేను వీలైనంత త్వరగా నా గొర్రెలను చేరుకోవాలి. అదృష్టం బాగున్నప్పుడు ఆ అవకాశం దొరికి పుచ్చుకోవాలి. అది మనకు ఎంతమేలు చేస్తుందో మనం దానికి అంత సాయంచేయాలి. అదే సానుకూలత సూత్రం. ఆరంభంలోనే అదృష్టం."

ఆ వ్యాపారి కొన్నిక్షణాలు మౌనంగా ఉన్నాడు. ఆ తర్వాత ఆయన అన్నాడు. "ప్రవక్త మనకు ఖురాన్ అందించారు. మన జీవితంలో నిర్వర్తించవలసిన అయిదు బాధ్యతలు అప్పజెప్పారు. అందులో అన్నిటికంటే ముఖ్యమైనది నిజమైన ఒకేఒక దేవుడిని నమ్మటం. రోజుకు ఐదుసార్లు ప్రార్థన చేయటం, రామదాన్ సమయంలో ఉపవాసం ఉండటం, పేదవారిపట్ల ఉదారంగా ఉండటం, మిగిలిన బాధ్యతలు."

ఆయన అక్కడ ఆగాడు. ప్రవక్తను గురించి మాట్లాడేసరికి ఆయనకళ్ళు నీళ్లతో నిండాయి. ఆయన చాలాభక్తుడు. ఆయనలో ఎంత అసహనం ఉన్నా, ఆయన ముస్లిం సాంప్రదాయాన్ని అనుసరించి జీవించ దలిచాడు.

"ఐదవ బాధ్యత ఏమిటి?" కుర్రవాడు అడిగాడు.

"రెండురోజులనాడు నాకు దేశాటనం గురించి కలలులేవు అని నువ్వు అన్నావ్ చూడు." వ్యాపారి సమాధానం చెప్పాడు. "తీర్థయాత్ర ప్రతి ఒక్క ముస్లింకు ఐదవ బాధ్యత. జీవితంలో ఒక్కసారైనా పవిత్ర స్థలం మక్కా దర్శించటం మా బాధ్యత."

"మక్కా పిరమిడ్స్‌కు ఇంకా చాలా దూరంలో ఉన్నది. నా చిన్నతనంలో ఈ దుకాణం ప్రారంభించడానికి సరిపడిన డబ్బు కూడపెట్టడమే నా ధ్యేయం. ఏ నాడో ఒకనాడు నేను సంపన్నుడిని అవుతాను, మక్కా వెళ్ళగలుగుతాను అని నా ఆలోచన. నేను డబ్బు సంపాదించిన మాట నిజమే. కానీ ఈ దుకాణం ఇంకొకరి చేతిలో విడిచిపెట్టి వెళ్ళటానికి మనసు ఒప్పలేదు. గాజు వస్తువులు చాలా

సున్నితమైనవి. అదే సమయంలో మక్కా ప్రయాణం చేసేవారు చాలామంది నా దుకాణం ముందుగా వెళుతూ ఉండేవారు. వారిలో కొందరు సంపన్నులైన యాత్రికులు. వారు సేవకులు, వంటలతో బిడారాలలో ప్రయాణం చేసేవారు. కానీ ఎక్కువమంది యాత్రికులు నాకంటే పేదవారు."

"అక్కడికి వెళ్లి వచ్చిన వారు అందరూ, ఆ యాత్ర చేసినందుకు సంతోషంగా ఉండేవారు. వారి ఇంటి తలుపుల మీద ఆ యాత్ర చిహ్నాలు తగిలించే వారు. వారిలో ఒక అతను చెప్పులు కుట్టేవాడు. చెప్పులు బాగు చేసి జీవనం సాగించేవాడు. ఆ ఎడారిని దాటటానికి అతనికి ఒకసంవత్సరం పైగా పట్టిందని చెప్పాడు. కానీ చర్మం కొనటానికి టాన్జియర్ వీధులలో నడిచినప్పుడే ఎక్కువ అలసట కలిగింది అని చెప్పాడు."

"మరి, మీరు ఇప్పుడు మక్కా వెళ్ళవచ్చు కదా?" కుర్రవాడు అడిగాడు.

"మక్కాను గురించిన ఆలోచనే నన్ను ప్రాణంతో ఉంచుతున్నది. మార్పులేని ఈ రోజులు చూడటానికి, ఆ అరలలో కూర్చొని ఉన్న మూగ గాజుసామాను చూస్తూ కూర్చోవటానికి, దుర్భరమైన ఆ ఫలహారశాలలో ఉదయము, సాయంత్రము భోజనం చేయటానికి కావలసిన శక్తి ఇచ్చేది ఆ ఆలోచన ఒకటే. ఒకసారి నాకల నిజంఅయింది అంటే, ఆ తర్వాత జీవించటానికి కారణం ఉండదు అని నా భయం."

"నువ్వు నీ గొర్రెలను గురించి, పిరమిడ్లను గురించీ కలలు కంటావు. కాని నువ్వు వేరు, నేను వేరు. నువ్వు నీ కలలు నిజం కావాలని కోరుకుంటావు. నేను మాత్రం మక్కాను గురించి కేవలం కలలు కనాలని అనుకుంటాను. ఈ ఎడారి దాటటం, ఆ పవిత్ర శిల ఉన్న స్థలం చేరటం, దానిని తాకేముందు దాని చుట్టూ ఏడుసార్లు ప్రదక్షిణం చేయటం ఒకసారి కాదు, వెయ్యిసార్లు ఊహించాను. నా పక్కన ఎవరు ఉంటారో, నా ముందర ఎవరు ఉంటారో, మా సంభాషణలు, మా ప్రార్థనలు ఎలా ఉంటాయో అన్నీ ఊహించాను. కాని అది అంతా చివరికి నిరాశ అవుతుందని నా భయం. కనుక దానిని గురించి కలలు కనటంతో సరిపుచ్చుకుంటాను."

ఆనాడు ఆ వ్యాపారి షోకేస్ తయారు చెయ్యటానికి అనుమతి ఇచ్చాడు. అందరి కలలు ఒకే విధంగా నిజం కావు.

* * *

మరి రెండునెలలు గడిచాయి. ఆ షోకేస్ చాలామంది కస్టమర్లను తీసుకువచ్చింది. తను మరొక ఆరునెలలు పనిచేస్తే స్పెయిన్ తిరిగివెళ్లి అరవై గొర్రెలు కొనవచ్చు. ఆ తర్వాత మరొక అరవై కొనవచ్చు. సంవత్సరం లోపల తన గొఱ్ఱెలమంద రెట్టింపు అవుతుంది. అప్పుడు తను అరబ్ లతో వ్యాపారం చేయవచ్చు. ఇప్పుడు అతనికి వారి భాషకూడా వంటబట్టింది. మార్కెట్లో ఆ ఉదయం తర్వాత అతను మళ్లీ యూరిం, తుమ్మింలు ఉపయోగించలేదు. అంటే ఆ వర్తకుడి మక్కాలాగా, తనకు ఈజిప్టు ఒక తీరని కల అయిపోయింది. ఏది ఏ మైనా ఆ కుర్రవాడు తనపనిలో సంతోషంగా ఉన్నాడు. ఒక విజేతగా తరీఫాలో ఎప్పుడు అడుగుపెడతానా అని అనుక్షణం ఆలోచిస్తున్నాడు.

"నీకు ఏం కావాలో నువ్వు బాగాస్పష్టంగాతెలుసుకోవాలి." ఆ ముసలిరాజు చెప్పాడు. తనకు ఏం కావాలో ఆ కుర్రవాడికి బాగా తెలుసు. అతను దానికోసమే పనిచేస్తున్నాడు. ఈ కొత్త ప్రదేశంలో చిక్కుకోవడం, ఒక దొంగను కలుసుకోవటం, ఒక పైసా ఖర్చు చేయకుండా తన గొర్రెలమందను రెట్టింపు చేయడం ఇదంతా తన అదృష్టమేనేమో.

అతనికి తనంటే గర్వం కలిగింది. క్రిస్టల్ సామాన్లతో వ్యాపారం చేయుటం, మాటలులేని భాష, శకునాల వంటి ముఖ్యవిషయాలను గురించి నేర్చుకున్నాడు. ఒక మధ్యాహ్నం ఆ కొండమీద అతను ఒకవ్యక్తిని కలుసుకున్నాడు. అంత ఎత్తు ఎక్కిన తర్వాత విశ్రాంతిగా కూర్చుని ఏమైనా తాగటానికి సరైన చోటులేదు అని ఆ ఆగంతకుడు అన్నాడు. శకునాలు గుర్తించటానికి అలవాటు పడిన ఆ కుర్రవాడు వ్యాపారితో మాట్లాడాడు.

"ఈ కొండ ఎక్కి వచ్చేవారికి టీ అమ్ముదాం."

"ఇక్కడ చాలాచోట్ల టీ అమ్ముతారు." వ్యాపారి సమాధానం.

"కానీ మనం టీ క్రిస్టల్ గ్లాసులలో అమ్ముతాం. టీ తాగి జనం సంతోష పడతారు, గ్లాసులు కొనాలి అని ముచ్చట పడతారు. అందం ప్రజలకు పెద్ద ఆకర్షణ అని విన్నాను."

వ్యాపారి ఏమీ సమాధానం చెప్పలేదు. ఆ సాయంత్రం తన ప్రార్థనలు ముగించి, దుకాణం మూసిన తరువాత ఆయన వాడిని పిలిచి తనతో కూర్చొని తనతోపాటు హుక్కా – అరబ్బులు ఉపయోగించే విచిత్రమైన పైపు – పాలుపంచుకో మన్నాడు.

"ఏమిటి ఆలోచిస్తున్నావు?" ఆ ముసలి వ్యాపారి అడిగాడు.

"చెప్పాను కదా. నేను మళ్లీ నా గొర్రెలు కొనుక్కోవాలి. అందుకు డబ్బు సంపాదించాలి."

ఆ వ్యాపారి హుక్కాలో కొత్తగా బొగ్గులు వేశాడు. దీర్ఘంగా పీల్చాడు.

"ఈ దుకాణం నాకు 30 సంవత్సరాల నుంచి ఉన్నది. క్రిస్టల్ గ్లాస్ లో ఏది మంచిది, ఏది కాదు అని నాకు బాగా తెలుసు. క్రిస్టల్ గ్లాస్ ను గురించి అవసరమైనది అంతా తెలుసు. దాని కొలతలు, దాని ప్రవర్తన అంతా తెలుసు. క్రిస్టల్ గ్లాసులో టీ సర్వ్ చేస్తే ఈ దుకాణం విస్తరించుతుంది. అప్పుడు నేను నా జీవనమార్గం మార్చుకోవాల్సి వస్తుంది."

"అది మంచిదే కదా?"

"వస్తువులన్నీ యధాతధంగా ఉండటానికి నేను అలవాటు పడిపోయాను. ఒకేచోట ఉండిపోయి జీవితంలో ఎంతకాలం వృధాచేశానా అని నువ్వు రాకముందు ఆలోచిస్తూ ఉండేవాడిని. నా స్నేహితులు ఇక్కడినుంచి వెళ్లిపోయారు. వాళ్లలో కొందరు దివాలా తీశారు. మరి కొందరు బాగుపడ్డారు. నాకు చాలాదిగులుగా ఉండేది. కానీ అంత పొరపాటు ఏమీ జరగలేదని ఇప్పుడు అనిపిస్తుంది. ఇప్పుడు షాపు సరిగా నేను కోరిన సైజులో ఉన్నది. ఇక్కడ ఏమీ మార్చటం నాకు ఇష్టం లేదు. మార్పు వస్తే ఏమి చెయ్యాలో ఎలా చేయాలో నాకు తెలియదు. యధాతథంగా ఉండటమే నాకు సుఖం."

ఆ కుర్రవాడికి ఏమి చెప్పాలో తెలియలేదు. ఆ ముసలాయన చెప్పటం కొనసాగించాడు. "నువ్వు నాకు ఒకవరంలాగా వచ్చావు. ఇంతకుముందు నాకు తెలియని కొన్ని విషయాలు ఈనాడు అర్థం అవుతున్నాయి. నిర్లక్ష్యం చేసిన ప్రతి ఒక్క వరమూ ఒక శాపంగా మారుతుంది. నాకు జీవితంలో ఇంక ఏమీ అక్కర్లేదు. ఐశ్వర్యం, సంపద, దిశగా చూడుమని, నాకు తెలియని దూరతీరాల ను దర్శించుమని నువ్వు నన్ను బలవంతం చేస్తున్నావు. ఇప్పుడు అవి చూశాను. నాకు ఉన్న అవకాశాలు ఎంత అపారమో గమనించాను. నువ్వు రాకముందు ఎంత దిగులుగా ఉన్నానో ఇప్పుడు అంతకుమించి కుంగిపోతాను. ఇప్పుడు నేను సాధించగలిగింది నాకు తెలుసు. కానీ నేను అలా చేయదలచుకోలేదు."

తరీఫాలో రొట్టెల వ్యాపారికి తను ఏమీ చెప్పకపోవడం మంచిది అయింది అని ఆ కుర్రవాడి ఆలోచన.

సూర్యుడు అస్తమించుతూ ఉండగా వాళ్ళిద్దరూ పైపు పీల్చటం కొనసాగించారు. ఇద్దరూ అరబిక్ లో మాట్లాడుతున్నారు. ఆ భాషలో మాట్లాడగలిగినందుకు ఆ కుర్రవాడికి గర్వంగా ఉంది. తనకు అవసరమైనది అంతా తనగొర్రెలు నేర్పుతాయని ఒకనాడు ఆ కుర్రవాడు అనుకున్నాడు. కానీ అవి తనకు అరబిక్ ఎన్నటికీ నేర్పగలిగేవి కావు.

గొర్రెలు తనకు నేర్పలేనివి ప్రపంచంలో బహుశా ఇంకా కొన్ని ఉన్నాయి, ఆ ముసలి వ్యాపారిని గమనిస్తూ, ఆ కుర్రవాడు అనుకున్నాడు. ఎప్పుడైనా అవి చేయగలిగిందల్లా తిండి కోసం, నీటి కోసం ఎదురు చూడటమే. అవి నాకు నేర్పుతున్నది ఆ విషయం కాకపోవచ్చు. కానీ వాటినుంచి నేను నేర్చుకుంటున్నది మాత్రం అదే.

"మక్తుబ్." అన్నాడు ఆ వ్యాపారి చివరికి.

"అంటే?"

"అది అర్థం చేసుకోవాలంటే నువ్వు ఒక అరబ్‌గా పుట్టి ఉండవలసింది" ఆయన జవాబు చెప్పాడు. "మీ భాషలో చెప్పాలంటే 'విధి వ్రాత' అని చెప్పవచ్చు". హుక్కాలో బొగ్గులు ఆర్పివేస్తూ అతను క్రిస్టల్ గ్లాసులలో టీ అమ్మవచ్చు అని ఆ కుర్రవాడికి చెప్పాడు. ఒక నదీ ప్రవాహాన్ని ఏ శక్తీ ఆపలేదు.

* * *

వాళ్లు కొండ ఎక్కారు. పైకి చేరేసరికి వారు అలిసిపోయారు. అక్కడ ఉల్లాసం కలిగించే పొదిన టీ అమ్ముతున్న క్రిస్టల్ దుకాణం చూశారు. టీ తాగడానికి వారు లోపలికి వెళ్లారు. వారికి అందమైన క్రిస్టల్ గ్లాసులలో టీ సర్వ్ చేయబడింది.

"మా ఆవిడ దీనిని గురించి ఆలోచించనే లేదు." ఒకాయన అన్నాడు. కొన్ని క్రిస్టల్ క్లాసులు కొన్నాడు. ఆరాత్రి ఆయన కొందరు అతిధులకు ఆతిధ్యం ఇస్తున్నాడు. వచ్చిన అతిథులు ఈ గాజుగ్లాసుల అందం చూసి తప్పకుండా మెచ్చుకుంటారు. మరొకాయన అన్నాడు: క్రిస్టల్ గ్లాసులలో టీ ఎప్పుడూ రుచిగా ఉంటుంది. ఎందుకంటే ఆ సువాసన అలాగే ఉంటుంది కనుక. తూర్పుదేశాలలో టీ సర్వ్ చేయటానికి క్రిస్టల్ గ్లాసులు ఉపయోగించటం ఒక ఆచారం. ఎందుకంటే అందులో రహస్య శక్తులు ఉన్నాయి అన్నారు మూడవ ఆయన.

త్వరలోనే ఈ వార్త ప్రచారం అయింది. ఎంతో పురాతనమైన వ్యాపారంలో ఒక కొత్తదనం తీసుకువచ్చిన ఆ దుకాణం చూడటానికి చాలామంది కొండఎక్కి

రాసాగారు. క్రిస్టల్ గ్లాసులలో టీ సర్వ్ చేసే దుకాణాలు మరికొన్ని వెలిశాయి. కానీ అవి కొండమీద లేవు. వాటి వ్యాపారం అంతంతమాత్రంగానే ఉన్నది.

చివరికి ఆ వ్యాపారి మరి ఇద్దరు పనిమనుషులను చేర్చుకోవలసి వచ్చింది. తన క్రిస్టల్ సామానుతో బాటు ఆయన భారీగా టీ దిగుమతి చేసుకోసాగాడు. కొత్త విషయాల కోసం తపించుతున్న స్త్రీ పురుషులు అందరూ ఆ దుకాణానికి విరివిగా రాసాగారు.

ఆ విధంగా నెలలు గడిచాయి.

* * *

తెల్లవారకముందే ఆ కుర్రవాడు మేలుకున్నాడు. ఈ ఆఫ్రికాఖండం మీద అతను కాలుపెట్టి పదకొండు నెలల తొమ్మిది రోజులు అయింది.

అతను తెల్లని లినెన్ తో తయారైన అరేబియన్ దుస్తులు ధరించాడు. తలమీద గుడ్డ వేసుకుని దానిని ఒంటెచర్మంతో చేసిన రింగ్ తో బిగించాడు. కొత్త చెప్పులు వేసుకొని నిశ్శబ్దంగా మెట్లు దిగాడు.

ఊరంతా ఇంకా నిద్రపోతున్నది. అతను తనకుతాను ఒక శాండ్విచ్ తయారు చేసుకున్నాడు. క్రిస్టల్ గ్లాస్ తో వేడి టీ తాగాడు. అప్పుడు వాకిటి ముందు కాలిబాటలో ఎండలో కూర్చొని హుక్కా పీల్చటం ఆరంభించాడు.

ఎడారి వాసన మోసుకు వస్తున్న గాలిశబ్దం వింటూ, నిశ్శబ్దంగా ఏమీ ఆలోచించకుండా అతను పొగ పీలుస్తున్నాడు. పొగతాగటం పూర్తి అయిన తర్వాత అతను తన జేబులో చేయి పెట్టాడు. కొద్ది క్షణాలు అక్కడే కూర్చొని తను విత్ డ్రా చేసి తెచ్చిన దానిని గురించి ఆలోచించాడు.

అది డబ్బు కట్ట. నూట ఇరవై గొర్రెలు కొనడానికి, తిరుగు ప్రయాణానికి, ఆఫ్రికానుంచి తనదేశానికి వస్తువులు దిగుమతి చేసుకోవడానికి అవసరమైన లైసెన్స్‌కు ఆ సొమ్ము సరిపోతుంది.

ఆ వ్యాపారి నిద్రలేచి దుకాణం తెరిచినదాకా అతను ఓపికగా కూర్చున్నాడు. ఆ తర్వాత ఇద్దరూ కలిసి టీ తాగడానికి వెళ్లారు.

"ఈరోజు నేను వెళుతున్నాను." ఆ కుర్రవాడు చెప్పాడు. "నా గొర్రెలు కొనడానికి సరిపడా సొమ్ము నా దగ్గర ఉన్నది. మక్కా వెళ్లడానికి సరిపడా డబ్బు మీ దగ్గర ఉన్నది."

ముసలాయన ఏమీ మాట్లాడలేదు.

"నన్ను దీవించుతారా?" ఆ కుర్రవాడు అని అడిగాడు. "మీరు నాకు సహాయం చేశారు." ఆ ముసలాయన తన టీ కలుపుకుంటూ ఏమీ మాట్లాడలేదు.

"నిన్ను చూస్తే నాకు గర్వంగా ఉన్నది." ఆయన అన్నాడు. "నా దుకాణంలోకి నువ్వు ఒక్క కొత్త అనుభూతిని తీసుకు వచ్చావు. నేను మక్కా వెళ్ళటం లేదు అని నీకు తెలుసు. అలాగే నువ్వు గొర్రెలను కొనటం లేదు అని కూడా నీకు తెలుసు."

"ఆ విషయం నీకు ఎవరు చెప్పారు?" ఆశ్చర్యంతో ఆ కుర్రవాడు అడిగాడు.

"మక్తుబ్." ముసలి రాజు వ్యాపారి అన్నాడు.

ఆయన ఆ కుర్రవాడిని ఆశీర్వదించాడు.

* * *

ఆ కుర్రవాడు తన గదికివెళ్లి తనసామాను మూట కట్టాడు. అన్నీ మూడు సంచులు నిండాయి. బయటికి వస్తూ ఉండగా ఆ రూమ్‌లో మూలన తన గొర్రెలకాపరి సంచీ చూశాడు. అది నలిగిపోయి ఉన్నది. చాలా కాలంగా దానినిగురించి అతను ఆలోచించనే లేదు. వీధిలో ఎవరికైనా ఇచ్చే ఉద్దేశ్యంతో అతను సంచిలోనుంచి తన జాకెట్ తీస్తూ వుండగా రెండు రాళ్ళు - యూరిం, తుమ్మిం - కిందపడ్డాయి.

అప్పుడు అతని ఆలోచన ఆ ముసలిరాజు మీదికి పోయింది. ఆయనను గురించి ఆలోచించి ఎంతకాలం అయిదో తలుచుకుంటే అతనికి దిగ్భ్రమ కలిగింది. స్పెయిన్‌కు గర్వంగా తిరిగివెళ్ళే ఉద్దేశ్యంతో తగినంత డబ్బు కూడబెట్టి ప్రయత్నంలో ఒక సంవత్సరం కాలంగా అతను నిర్విరామంగా పనిచేశాడు.

"కలలు కనటం ఎన్నడూ మానకు." ముసలిరాజు చెప్పాడు. "శకునాలను అనుసరించు."

ఆ కుర్రవాడు యూరిం, తుమ్మింలను చేతిలోకి తీసుకున్నాడు. అతనికి ఆ ముసలిరాజు తనపక్కనే ఉన్నట్లు ఒక వింత అనుభూతి కలిగింది. తను ఒక సంవత్సరంపాటు కష్టపడి పనిచేశాడు. ఇక్కడినుంచి నిష్క్రమించటానికి ఇదే

మంచి సమయమని శకునాలు చెబుతున్నాయి.

నేను ఇంతకు మునుపు చేసిన పనే చేయడానికి తిరిగి వెళుతున్నాను అని ఆకుర్రవాడి ఆలోచన. గొర్రెలు తనకు అరబిక్ మాట్లాడటం నేర్పకపోయి ఉండవచ్చుగాక.

కానీ ఆ గొర్రెలు తనకు అంతకంటే ముఖ్యమైన విషయాలు నేర్పాయి. ప్రపంచంలో ప్రతిఒక్కరూ అర్థం చేసుకునే భాష ఒకటి ఉన్నది. దుకాణంలో పరిస్థితులు మెరుగుపరచటానికి ఆ కుర్రవాడు ఉపయోగించిన భాష అదే. అది ఉత్సాహం మాట్లాడే భాష. ప్రేమగా ప్రయోజనకరంగా చేసిన పనులు మాట్లాడేభాష. మీరు నమ్మి, కోరి అన్వేషిస్తున్న వస్తువు భాష. ప్రస్తుతం టాన్జియర్ తనకు కొత్తప్రదేశం ఏమీ కాదు. ఈ ప్రదేశాన్ని జయించినట్లే, తను ప్రపంచాన్ని జయించగలడు.

"నువ్వు ఏదైనా కోరినప్పుడు దానిని సాధించటానికి నీకు ఈ విశ్వమంతా తోడ్పడుతుంది." ఆ ముసలిరాజు చెప్పాడు.

కానీ దోపిడి గురించి, అంతులేని ఎడారి గురించి, కలలు ఏమిటో తెలిసీ వాటిని నిజం చేసుకోవడానికి ఇష్టంలేని వారిని గురించి, ఆ ముసలిరాజు ఏమీ చెప్పలేదు. పిరమిడ్ లు అంటే ఒక రాళ్లగుట్ట అని, ఎవరైనా సరే తమ ఇంటి పెరటిలో ఒక పిరమిడ్ నిర్మించవచ్చుననీ ఆ ముసలిరాజు చెప్పలేదు. అంతకుముందు ఉన్న గొర్రెలమందకంటే పెద్దమంద కొనగలిగిన డబ్బు చేతిలో ఉన్నప్పుడు నువ్వు కొనాలి అనిచెప్పడం ఆయన మర్చిపోయాడు.

ఆ కుర్రవాడు తన సంచి మిగతా వస్తువులతోపాటు పెట్టాడు. అతను మెట్లుదిగి కిందికి వెళ్ళాడు. అక్కడ అ వ్యాపారి ఒక విదేశీదంపతుల జంటతో బేరం చేస్తున్నాడు. మరి ఇద్దరు కస్టమర్లు క్రిస్టల్ గ్లాసులలో టీ తాగుతూ షాపులో తిరుగుతున్నారు. ఉదయం ఈసమయంలో మామూలుగా జరిగే వ్యాపారంకంటే ప్రస్తుతం జోరుగా నడుస్తున్నది. ఆ ముసలివ్యాపారి జుట్టు అంతా ముసలిరాజు జుట్టు లాగానే ఉన్నది అని తను ఉన్నచోటినుంచి మొట్టమొదటిసారిగా గమనించాడు. టాన్జియర్ చేరిన మొదటిరోజు – తినటానికి ఏమీ లేక, వెళ్ళటానికి చోటులేక ఉన్నప్పుడు – తను చూసిన మిఠాయి వర్తకుడి నవ్వు మనసులో మెదిలింది. ఆ నవ్వుకూడా తన ముసలిరాజు నవ్వులాగానే ఉన్నది.

ఆయన ఇక్కడికి వచ్చి తన జాడలు వదిలి వెళ్ళాడా అన్నట్టు ఉన్నది. కానీ వీరిలో ఎవరూ ఆ ముసలిరాజును ఎన్నడూ కలవలేదు. ఆయనేమో తమ అద ృష్టం వెతుక్కుంటున్న వారికి తను సదా కనబడి సాయంచేస్తాను అని చెప్పారు.

ఆ క్రిస్టల్ వ్యాపారికి వీడ్కోలు చెప్పకుండానే అతను నిష్క్రమించాడు. అందరి ఎదుట ఏడవటం అతనికి ఇష్టం లేదు. ఆ స్థలం, అక్కడ తనునేర్చుకున్న మంచి విషయాలు తను ఎన్నటికీ మరచిపోలేడు. ఈనాడు తన ఆత్మ విశ్వాసం పెరిగింది. ఈ ప్రపంచాన్ని జయించగలను అన్న ధైర్యం కలిగింది.

"కానీ గొర్రెలను కాయటానికి తిరిగి నేను నాకుతెలిసిన ప్రాంతానికి వెళుతున్నాను." తనకు తానే దృఢంగా చెప్పుకున్నాడు. కానీ ఆ నిర్ణయం అతనికి సంతోషం కలిగించలేదు. ఒక కల నిజం చేసుకోటానికి తను సంవత్సరం పాటు పనిచేశాడు. కానీ నిమిష నిమిషానికి ఆకల ప్రాముఖ్యత తగ్గిపోతున్నది. బహుశా అది అతని అసలు కల కాదేమో.

మక్కాకు వెళ్లాలి అనుకుంటూ జీవితం గడపటం, మక్కాకు ఎన్నడూ పోకపోవటం: క్రిస్టల్ వ్యాపారిలాగా ఉండటమే మేలేమో... ఎవరికి తెలుసు? తనకు తానే నచ్చచెప్పుకోవడానికి ప్రయత్నిస్తూ ఆలోచిస్తున్నాడు. కానీ చేతిలోఉన్న యూరిం, తుమ్మిం కారణంగా ఆ ముసలిరాజు సంకల్పబలాన్ని అతనికి బట్వాడా చేశాయి. యాదృచ్ఛికంగా - లేకపోతే ఇది కూడా ఒక శకునమేనేమో అని అతని ఆలోచన - ఇక్కడికి తను చేరిన మొదటి రోజున ప్రవేశించిన బార్ దగ్గరికి చేరాడు. ఆనాటి దొంగ అక్కడ లేడు. ఆ దుకాణదారుడు స్వయంగా అతనికి టీ తెచ్చిఇచ్చాడు.

ఎప్పుడైనాసరే నేను తిరిగివెళ్లి గొర్రెలు కాచుకోవచ్చు - అనుకున్నాడు ఆ కుర్రవాడు. వాటిని ఎట్లా కాయాలో నాకు తెలుసు. ఆ విషయం నేను మర్చిపోలేదు. కానీ ఈజిప్టులో పిరమిడ్లు చేరే అవకాశం జీవితంలో మళ్లీ ఎన్నటికీ రాదేమో. ఆ ముసలాయన బంగారపు కవచం ధరించి ఉన్నాడు. ఆయనకు నా గతజీవితం గురించి తెలుసు. ఆయన నిజమైనరాజు. తెలివైనరాజు.

అక్కడినుంచి రెండుగంటలలో ఆండలూసియా కొండలు చేరుకోవచ్చు. కానీ తనకు పిరమిడ్లకు మధ్య ఒక పెద్దఎడారి ఉన్నది. తన పరిస్థితి మరోవిధంగా పరిశీలించవచ్చు అని ఆ కుర్రవాడి భావన. నిజానికి నిధిని చేరటానికి తనకు రెండు గంటలు తక్కువ సమయం పడుతుంది... ఆ రెండు

గంటలు ఒక సంవత్సరం కాలంగా సాగాయనేది వేరే విషయం.

నేను నా గొర్రెల దగ్గరికి పోవాలని ఎందుకు అనుకుంటున్నానో నాకు తెలుసు అని అనుకున్నాడు. నాకు గొర్రెలను గురించి బాగా తెలుసు. వాటివల్ల ఎటువంటి సమస్య ఉండదు. వాటితో బాగా సఖ్యంగా ఉండవచ్చు. ఈ ఎడారి నాతో సఖ్యంగా ఉంటుందో లేదో తెలియదు. ఎడారిలో నేను నా నిధిని వెతుక్కోవాలి. అది కనపడకపోతే నేను ఎప్పుడైనా తిరిగి ఇంటికి వెళ్ళవచ్చు. ఇప్పుడు చేతిలో చాలినంత డబ్బు ఉన్నది. కావలసినంత సమయం ఉన్నది. ఆ పని ఎందుకు చేయకూడదు?

హఠాత్తుగా అతనికి అమితానందం కలిగింది. అతను ఎప్పుడైనా తిరిగి వెళ్లి గొర్రెలకాపరి కావచ్చు. లేదా క్రిస్టల్ గ్లాసుల విక్రేత కావచ్చు. బహుశా ఈ ప్రపంచంలో ఇంకా అనేక ఇతరనిధులు దాగి ఉన్నాయేమో. తనకు ఒక కల ఉన్నది. తను ఒక రాజును కలుసుకున్నాడు. అది అందరికీ సాధ్యమయేపని కాదు.

ఆ దుకాణం బయటికివస్తూ అతను తన ప్లాన్ ఆలోచిస్తున్నాడు. గాజుసామాన్ల వ్యాపారికి సరుకులు సరఫరాచేసే మరొక వ్యాపారి తన సరుకులు అన్నీ బిడారుల సాయంతో ఎడారి దాటించేవాడు అన్న విషయం అతనికి గుర్తు వచ్చింది. యూరిం, తుమ్మింలు చేతపట్టుకొన్నాడు. ఆ రెండింటివల్ల అతను మళ్లీ తన నిధి దిశగా కదిలాడు.

"ఎవరైనా తమ అద ృష్టాన్ని వెతుకుతూ ఉన్నప్పుడు నేను పక్కనే ఉంటాను." ఆ ముసలిరాజు అతనికి చెప్పాడు.

సరుకులు సప్లై చేసే అతని దగ్గరికి వెళ్లి పిరమిడ్లు ఎంత దూరంలో ఉన్నాయో తెలుసుకోవడంలో నష్టం ఏముంది?

* * *

ఆ కట్టడంలో కొంతభాగం గిడ్డంగి. మిగిలినది పెరడు. అక్కడంతా గొడ్లు, చెమట, దుమ్ము వాసన వస్తున్నది. అక్కడ ఒక ఇంగ్లీషు వ్యక్తి ఒక బెంచీమీద కూర్చొని ఉన్నాడు. కెమికల్ జర్నల్‌లో పేజీలు తిరగేస్తూ 'ఇటువంటి చోటికి చేరుతానని ఎన్నడు అనుకోలేదు,' అనుకున్నాడు అతను. 'పది సంవత్సరాలు యూనివర్సిటీలో చదివిన తర్వాత ఇక్కడ ఒక దొడ్డిలో తేలాను.'

కానీ అతను ముందుకు కదులుతూనే ఉండాలి. అతనికి శకునాలలో నమ్మకం. అతని జీవితం, అతని చదువు అంతా ఈ ప్రపంచంలో ఒకేఒక అసలైన భాష కనుక్కోవడానికి అంకితం అయ్యాయి. మొదట అతను శ్పానిష్‌భాష అధ్యయనం చేశాడు. ఆతరువాత ప్రపంచంలోని వివిధమతాలను గురించి చదివాడు. ఇక ఇప్పుడు రసవాదం. అతనికి శ్పానిష్‌భాష మాట్లాడటం తెలుసు. ముఖ్యమైన మతాలనుగురించి అంతా అర్థం చేసుకున్నాడు. కానీ ఇంకా రసవాది మాత్రం కాలేదు. ముఖ్యమైన ఈ ప్రశ్నల వెనుక ఉన్న నగ్నసత్యాలను తెలుసుకున్నాడు. కానీ ఒక స్థాయికి చేరిన తరువాత అక్కడినుంచి ముందడుగు పడటం లేదు. ఒక రసవాదితో సంబంధం పెంచుకోవటానికి ప్రయత్నించాడు. కానీ ఆ ప్రయత్నం ఫలించలేదు. ఈ రసవాదులు వింత మనుషులు. వాళ్లకు వారిని గురించిన చింతనతప్ప మరి ఏ చింతాలేదు. ఎంత ప్రయత్నించినా వారంతా అతనికి సహాయం చేయటానికి నిరాకరించారు. బహుశా వాళ్లు అసలు రహస్యం - పరుసవేది - కనుక్కోవడంలో పరాజయం పాలు అయినారు. కనుకనే వారు తన జ్ఞానాన్ని ఇతరులకు పంచి పెట్టరు.

పరుసవేది అన్వేషణలో అతను అతని తండ్రి వారసత్వంగా వదిలిన సంపద అంతా ఖర్చుచేశాడు. ప్రపంచంలో పెద్ద పెద్ద గ్రంథాలయాలలో విపరీతంగా కాలం గడిపాడు. రసవాదం గురించి అన్ని ముఖ్యమైన పుస్తకాలు, చాలా అరుదైన పుస్తకాలు కొన్నాడు. ఒక ప్రఖ్యాత అరేబియన్ రసవాది యూరపు దర్శించడం వాటిలో ఒకదానిలో చదివాడు. ఆయన వయస్సు రెండు వందల సంవత్సరాలకు పైన ఉంటుందని, ఆయన పరుసవేదిని, అమృతాన్ని కనుగొన్నాడు అని అందులో ఉన్నది. ఆకథ మన ఇంగ్లీషువ్యక్తి మనసును ఆకట్టుకుంది. ఎడారిలో పురాతత్వయాత్ర చేసివచ్చిన ఒక మిత్రుడు మానవాతీత శక్తులు ఉన్న ఒక అరబ్ గురించి చెప్పాడు. లేకపోతే ఇంగ్లీషు వ్యక్తి తను చదివిందంతా మిధ్య అని కొట్టిపారేసేవారు.

“ఆయన అల్ ఫయూమ్ ఒయాసిస్ దగ్గర ఉంటారు.” అతని స్నేహితుడు చెప్పాడు. “ఆయన వయస్సు రెండు వందల సంవత్సరాలు అంటారు. ఆయన ఏ లోహాన్ని అయినా బంగారంగా మార్చగలడు అనిఅంటారు.”

ఇంగ్లీష్ వ్యక్తి ఉత్సాహం కట్టలు తెంచుకున్నది. చేతిలో ఉన్న పనులు అన్నీ విడిచిపెట్టి తనదగ్గర ఉన్న పుస్తకాలన్నిటిలోనూ అత్యంత ముఖ్యమైన పుస్తకం బయటికి తీశాడు. ఇప్పుడు - దుమ్ముపట్టి, కంపుకొడుతున్న ఆ

గిడ్డంగిలో కూర్చొని - ఆ పుస్తకం చదువు తున్నాడు. బయట సహారా ఎడారి దాటటానికి ఒక పెద్ద బిడారం తయారవుతున్నది. ఆ బిడారం ఆల్ ఫయూం మీదిగా ప్రయాణం చేయడానికి ఏర్పాటయింది.

నేను ఆ రసవాదిని కనుక్కొని తీరుతాను - అని అతని ఆలోచన. దానితో ఆ గిడ్డంగిలో గొడ్లవాసన భరించటం కొంచెం సులువు అయింది.

భారీసామానుతో ఒక అరబ్ యువకుడు లోపలికివచ్చి ఇంగ్లీష్ వ్యక్తిని పలకరించాడు.

"మీరు ఎక్కడికి వెళ్తున్నారు." అరబ్ యువకుడు అడిగాడు.

"ఎడారికి." అని చెప్పి ఆయన తిరిగి తనపుస్తకం చదవటంలో మునిగి పోయాడు. ఆ సమయంలో ఆయనకు ఎవరితోనూ మాట్లాడటం ఇష్టం లేదు. ప్రస్తుతం ఆయన ఇన్ని సంవత్సరాలుగా చదివినదంతా పర్యావలోకనం చేసి గుర్తుపెట్టుకోవాలి. ఎందుకంటే ఆ రసవాది తనను తప్పకుండా పరీక్షించుతాడు.

ఆ అరబ్ యువకుడు కూడా ఒకపుస్తకం తీసుకుని చదవటం మొదల ుపెట్టాడు. ఆ పుస్తకం స్పానిష్ భాషలో ఉన్నది. అదీ మన మంచికే అనుకున్నాడు ఇంగ్లీష్ వ్యక్తి. ఆయనకు అరబిక్ కంటే స్పానిష్ భాష బాగా వచ్చు. ఆ కుర్రవాడు కూడా ఆల్ ఫయూం వెళుతూ ఉంటే, పని లేనప్పుడు మాట్లాడటానికి మనిషి దొరుకుతాడు.

* * *

"ఇది విచిత్రంగా ఉన్నది." ఖనన దృశ్యంతో ఆరంభమైన ఆ పుస్తకం మరొకసారి చదవటానికి ప్రయత్నించుతూ ఆ కుర్రవాడు అన్నాడు. "రెండు సంవత్సరాలుగా ఈ పుస్తకం చదవటానికి ప్రయత్నిస్తున్నాను. కానీ ఇంతవరకూ ఆ మొదటి పేజీలు దాటి చదవలేకపోయాను." తన చదువుకు అడ్డు పడటానికి ఆరాజు లేకపోయినా అతను పుస్తకంమీద మనసు నిలపలేక పోయాడు.

తన నిర్ణయం సరైనదా కాదా అని అతనికి ఇంకా కొన్నిసందేహాలు ఉన్నాయి. కానీ అతనికి ఒక విషయం అర్థమైంది: జరగవలసిన పనులకు నిర్ణయాలు ఆరంభం మాత్రమే. ఎవరైనా ఒక నిర్ణయం చేసినప్పుడు అతను ఒక ప్రవాహంలోకి దూకుతున్నాడు అన్నమాట. ఆ ప్రవాహం అతనిని అంతకుపూర్వం కని, విని ఎరుగని ప్రదేశాలకు తీసుకుపోతుంది.

నేను నిధిని వెతుకుతూ బయలుదేరటానికి నిర్ణయించు కున్నప్పుడు ఆ గాజుసామాను దుకాణంలో చేరుతానని ఎన్నడూ అనుకోలేదు - అతని ఆలోచన. ఈ బిడారంలో చేరటం నా నిర్ణయమే అయి ఉండవచ్చు. కానీ ఈ బిడారం ఎక్కడికి వెళ్తుందనే విషయం మాత్రం నాకు తెలియని రహస్యం.....

పుస్తకం చదువుకున్న ఇంగ్లీష్ వ్యక్తి పక్కనేఉన్నాడు. కాని, ఆయనకు స్నేహానికి దూరం అనిపిస్తున్నది. తను గిడ్డంగిలో ప్రవేశించినప్పుడు ఆయన తనచిరాకు ప్రదర్శించాడు. వారిద్దరూ స్నేహితులై ఉండేవారేమో. కానీ ఇంగ్లీషు వ్యక్తి సంభాషణ పొడిగించనీయలేదు.

ఆ కుర్రవాడు తనపుస్తకం మూసివేశాడు. తనను ఆ ఇంగ్లీష్ వ్యక్తిలాగా కనిపించేటట్లుచేసే ఏ పనీ చేయకూడదని నిశ్చయించు కున్నాడు. తన జేబులోనుంచి యూరిం, తుమ్మిం బయటికి తీశాడు. వాటితో ఆడటం మొదలుపెట్టాడు.

ఆగంతకుడు “యూరిం, తుమ్మిం” అని అరిచాడు.

తక్షణం ఆ కుర్రవాడు వాటిని తనజేబులో దాచేశాడు.

“అవి నేను అమ్మబోవటం లేదు.” అన్నాడు.

“వాటి ఖరీదు అంతంత మాత్రమే.” ఇంగ్లీష్ వ్యక్తి సమాధానం.” అవి స్ఫటికశిలతో తయారు చేశారు. రాళ్లతో తయారైన స్ఫటికాలు ఈ భూమిమీద కోకొల్లలుగా ఉన్నాయి. ఆ విషయాలు తెలిసినవారికి అవి యూరిం, తుమ్మిం అని తెలుస్తుంది. ప్రపంచంలో ఈ ప్రాంతంలో కూడా అవి ఉన్నాయని నాకు తెలియదు.”

“ఒక రాజు వాటిని నాకు బహుమానంగా ఇచ్చారు.” ఆ కుర్రవాడు అన్నాడు.

ఆగంతకుడు మాట్లాడలేదు. అతను తన జేబులోనుంచి రెండు రాళ్లు బయటికి తీశాడు. అవి ఆ కుర్రాడి చేతిలోఉన్న రాళ్లలాగానే ఉన్నాయి.

“ఏమన్నారు? రాజుగారా?” ఆయన అడిగాడు.

“ఒక రాజుగారు నాబోటి గొర్రెలకాపరితో మాట్లాడుతారు అంటే మీరు నమ్మరనుకుంటాను.” సంభాషణ తుంచివేసే ప్రయత్నంలో ఆ కుర్రవాడు అన్నాడు.

"ఎంత మాత్రమూ కాదు. మిగతా ప్రపంచమంతా నిరాకరించిన రాజును మొట్టమొదటిగా గుర్తించింది గొర్రెలకాపరులే. కనుక రాజుగారు గొర్రెల కాపరితో మాట్లాడుతారు అనటంలో ఆశ్చర్యం ఏమీలేదు."

తను చెప్పింది ఆ కుర్రవాడికి అర్థంకాలేదేమో అనే అనుమానంతో అతను చెప్పడం కొనసాగించాడు."బైబుల్లో అలా అని ఉన్నది. నాకు యూరిం, తుమ్మింలను గురించి చెప్పిందికూడా ఆ పుస్తకమే. దేవుడు అనుమతించిన దివ్యత్వం ఈ రెండురాళ్లలోనే ఉన్నది. ప్రీస్టులు వాటిని బంగారు ఉరస్త్రాణంలో పొదిగి ఉంచుకునేవారు."

గిడ్డంగి దగ్గర ఉన్నందుకు ఆ కుర్రవాడికి హఠాత్తుగా సంతోషం కలిగింది.

"బహుశా ఇదికూడా ఒక శకునమేనేమో." ఇంగ్లీష్ వ్యక్తి వినపడీ వినపడకుండా అన్నాడు.

"శకునాలను గురించి మీకు ఎవరు చెప్పారు?" ఆ కుర్రవాడి ఆసక్తి క్షణక్షణానికి పెరిగిపోతున్నది.

"జీవితంలో ప్రతి ఒక్కటి ఒకశకునమే." అన్నాడు ఇంగ్లీష్ వ్యక్తి తనుచదువుతున్న పుస్తకంమూసి వేస్తూ. "విశ్వంలో ప్రతి ఒక్కరికీ అర్థమయ్యే భాష ఒకటి ఉన్నది. కాని అది మరుగున పడింది. మిగతా వాటితో పాటు నేను ఆ విశ్వభాష కోసం వెతుకుతున్నాను. అందుకే నేను ఇక్కడికి వచ్చాను. ఆ విశ్వభాష తెలిసిన వ్యక్తిని నేను వెతికి పట్టుకోవాలి. ఆయనే రసవాది."

ఆ గిడ్డంగి యజమానిరాకతో సంభాషణకు అంతరాయం కలిగింది.

"మీరు ఇద్దరూ అదృష్టవంతులు" భారీకాయుడు అయిన ఆ అరబ్ అన్నాడు. "ఇవాళే ఆల్ ఫయూంకు ఒక బిడారం బయలుదేరుతున్నది."

"కానీ నేను ఈజిప్ట్ వెళుతున్నాను." అన్నాడు ఆ కుర్రాడు.

"ఆల్ ఫయూం ఈజిప్ట్ లోనే ఉన్నది." ఆ అరబ్ అన్నాడు."నువ్వు ఎక్కడి అరబ్ వి?"

"అది శుభశకునం." అన్నాడు ఇంగ్లీష్ వ్యక్తి ఆ అరబ్ బయటికి వెళ్ళిన తర్వాత." నాకు సాధ్యమైతే అదృష్టం, యాదృచ్ఛికం అనే పదాలను గురించి ఒక శబ్దకోశమే రాస్తాను. ఆ విశ్వభాష ఈ మాటలతోనే తయారైంది."

ఆ కుర్రాడిచేతిలో యూరిం, తుమ్మిం ఉండగా తను ఆ కుర్రవాడిని కల

వటం యాదృచ్ఛికం ఎంత మాత్రము కాదని అతను ఆ కుర్రాడితో అన్నాడు. అతను కూడా ఆ రసవాది కోసమే వెతుకుతున్నాడా అని అతను ఆ కుర్రవాడిని అడిగాడు.

“నేను నిధికోసం వెతుకుతున్నాను.” కుర్రవాడు అన్నాడు. నోరు జారి నందుకు వెంటనే నాలిక్కరుచుకున్నాడు. కానీ ఇంగ్లీష్ వ్యక్తి దాని గురించి పట్టించుకున్నట్లు లేదు.

“ఒక విధంగా నేనూ అంతే.”

“రసవాదం అంటే ఏమిటోకూడా నాకు తెలియదు” ఆ కుర్రవాడు అంటూఉండగా, గిడ్డంగి యజమాని వారిని ఇద్దరినీ బయటకు రమ్మని పిలిచాడు.

* * *

“ఈ బిడారానికి నేనే నాయకుడిని.” అన్నాడు నల్లటి కళ్ళు, గడ్డం ఉన్న ఒక పెద్దమనిషి.” నాతోవచ్చే ప్రతి ఒక్కరి ప్రాణమూ నా చేతిలో ఉంటుంది. ఈ ఎడారి చంచల అయిన ఒక స్త్రీ వంటిది. కొన్నిసార్లు ఆమె జనానికి పిచ్చెక్కిస్తుంది.”

అక్కడ సుమారు రెండువందలమంది జనం పోగయినారు. నాలుగువందల జంతువులు – ఒంటెలు, గుర్రాలు, గాడిదలు, కోళ్లు, బాతులు వగైరాకూడా చేరాయి. ఆ సమూహంలో స్త్రీలు, పిల్లలు కాక నడుమున కత్తులు, భుజాలమీద తుపాకులతో చాలామంది ఉన్నారు. ఇంగ్లీష్ వ్యక్తి పుస్తకాలతో నిండిన సూట్‌కేసులు చాలాతెచ్చాడు. అన్ని వైపులనుంచి గలగల మాటలు వినబడు తున్నాయి. తను చెప్పేది వినపడి అర్థం కావటానికి మొదట మాట్లాడిన ఆ పెద్దమనిషి చాలాసార్లు చెప్పవలసి వచ్చింది.

“ఇక్కడ చాలామంది రకరకాల వ్యక్తులు ఉన్నారు. ప్రతి ఒక్కరికి ఎవరి దేవుడు వారికి ఉంటాడు. కానీ నేను మాత్రం అల్లా ఒక్కడినే సేవిస్తాను. ఈ ఎడారిని దాటటానికి నాకు సాధ్యమైనదంతా చేస్తాను అని నేను నా దేవుడి మీద ప్రమాణం చేస్తున్నాను. ఏది ఏమైనాసరే మీరందరూ నా ఆజ్ఞ శిరసావహిస్తానని ప్రతిఒక్కరూ మీ దేవుడిమీద ప్రమాణం చేయండి. ఎడారిలో అవిధేయత అంటే మరణమే.”

ఆ సమూహంలో ఒక మర్మరం మొదలైంది. ప్రతిఒక్కరూ తమ దేవుడిమీద ప్రమాణం చేస్తున్నారు. ఆ కుర్రవాడు జీసస్ క్రైస్ట్ పేర ప్రమాణం చేశాడు. ఇంగ్లీష్ వ్యక్తి ఏమీ మాట్లాడలేదు. మామూలు ప్రమాణం కంటే ఆ మర్మరం ఎక్కువ కాలం కొనసాగింది.

కొమ్ముబూర మీద దీర్ఘమైన పిలుపు వినబడింది. అందరూ తమతమ వాహనాలు ఎక్కారు. ఆ కుర్రవాడు, ఇంగ్లీష్ వ్యక్తి ఒంటెలు కొన్నారు. కొంత అనుమానంతోనే వారు వాటిమీద ఎక్కారు. ఇంగ్లీష్ వ్యక్తి ఎక్కిన ఒంటె చూస్తే ఆ కుర్రవాడికి జాలివేసింది. ఆ జంతువు పుస్తకాల పెట్టెల బరువుతో మూలుగుతున్నది.

"యాదృచ్ఛికం అంటూ ఏమీ లేదు."గిడ్డంగిలో ఆగిపోయిన సంభాషణ తిరిగి మొదలుపెడుతూ ఇంగ్లీష్ వ్యక్తి అన్నాడు. "నేను ఇక్కడ ఎందుకు ఉన్నానంటే నా స్నేహితుడు ఒకతను ఒక అరబ్ మాట్లాడుతూ ఉండగా..."

బిడారం కదలసాగింది. ఇంగ్లీష్ వ్యక్తి చెప్పేది ఏమీ వినిపించడం లేదు. అతను ఏమి చెప్పబోతున్నాడో ఆ కుర్రవాడికి తెలుసు: ఒకదానికి మరొకటి మెలి వేసే ఒక బంధం. ఆ బంధమే తనను ఒక గొర్రెల కాపరిగా చేసింది. అదే కల తనకు మళ్లీ మళ్లీ వచ్చేట్లు చేసింది. ఆకలే తనను ఆఫ్రికాలో ఈ ఊరికి తీసుకువచ్చింది. ఒక రాజుతో కలయిక కలిగించింది. గాజుసామాన్ల వ్యాపారి ని కలుసుకోవడానికి అనువుగా తనసొమ్ము దోపిడి చేయించింది...

అదృష్టానికి చేరువ అయినకొద్దీ, మన జీవనానికి ఆ అదృష్టమే మూలం అవుతుంది అని ఆ కుర్రవాడి ఆలోచన.

బిడారం తూర్పుదిశగా కదిలింది. అది ఉదయంపూట ప్రయాణం సాగిస్తోంది. సూర్యుడు నడినెత్తిన ఉన్నప్పుడు ఆగుతుంది. తిరిగి సాయంత్రం ప్రయాణం కొనసాగిస్తుంది. ఆ కుర్రవాడు ఇంగ్లీష్ వ్యక్తితో అతి స్వల్పంగా మాట్లాడాడు. ఆ ఇంగ్లీషువ్యక్తి దొరికిన ప్రతిక్షణము తనపుస్తకాలతోనే గడిపాడు. ఆ కుర్రవాడు మౌనంగా జంతువులు, మనుషులు ఎడారి దాటటం గమనిస్తున్నాడు. వారు బయలుదేరిన నాటినుంచి ఇప్పటికి అంతా మారిపోయింది. అప్పుడు అంతాగందరగోళం, కేకలు, చిన్నపిల్లల ఏడుపులు, జంతువుల అరుపులు, అన్నిటి మధ్యా గైడ్లు, వ్యాపారుల ఆదేశాలు.

కానీ ఎడారిలో నిత్యమైన గాలి శబ్దం ఒకటే, జంతువుల గిట్టల చప్పుడుతోబాటు వినబడుతున్నది. దారిచూపే గైడ్లు కూడా ఒకరితో ఒకరు చాలాఅరుదుగా మాట్లాడుతున్నారు.

"ఈ ఎడారిలో నేను చాలాసార్లు ప్రయాణం చేశాను." ఒకనాటిరాత్రి ఒంటె తోలుతున్న ఒక చోదకుడు అన్నాడు. "ఎడారి చాలాపెద్దది. ఆకాశపుటంచు బహుదూరాన ఉన్నది. అవి అన్నీ చూస్తే మనిషికి తాను ఎంత అల్పుడో తెలిసి తను మౌనంగా ఉండాలి అని అనిపించింది."

ఎడారిలో అంతకుమునుపు అడుగుపెట్టకపోయినా ఆ కుర్రవాడికి అతను చెప్పింది అర్థమైంది. అతను సముద్రంకానీ, అగ్నికానీ చూస్తే వాటి భూతశక్తికి ఆశ్చర్యపోయి మౌనం వహించేవాడు.

నేను గొర్రెల దగ్గరనుంచి కూడా నేర్చుకున్నాను. గాజుసామాను దగ్గరనుంచి కూడా నేర్చుకున్నాను, అని అతని ఆలోచన. ఈ ఎడారినుంచి కూడా కొంత నేర్చుకోగలను. అది ప్రాచీనంగా, వివేచనామయంగా దర్శనం ఇస్తున్నది.

ఎంతసేపటికీ గాలి ఆగలేదు. ఆ కుర్రవాడికి తను తరీఫాలో కోటగోడమీద కూర్చున్నప్పుడు అదే గాలి అతని ముఖంమీద వీచటం గుర్తుకు వచ్చింది. అతనికి గొర్రెల ఉన్ని గుర్తుకు వచ్చింది... ఎప్పటిలాగానే తన గొర్రెలు ఆండలూసియా పొలాలలో, బీళ్లలో తిండి, నీరు వెతుక్కుంటూ ఉంటాయి.

"అవి ఇప్పుడు నా గొర్రెలు కాదు." వ్యామోహరహితంగా తనకు తనే చెప్పుకున్నాడు. "అవి వాటి కొత్తకాపరికి అలవాటుపడి ఉంటాయి. బహుశా ఈ పాటికి నన్ను మర్చిపోయి ఉంటాయి. అదీ మంచికే. తిరగటానికి అల వాటుపడిన గొర్రెలలాంటి జీవులు, ముందుకు కదలటం అంటే తెలిసి ఉంటాయి."

అతను ఆ వ్యాపారి కుమార్తెను గురించి ఆలోచించాడు. బహుశా ఆమెకు పెళ్లి అయి ఉంటుంది అని అతని గట్టి నమ్మకం. ఆ వరుడు ఒక బేకర్ అయి ఉండవచ్చు. లేదా చదవటం రాయటం తెలిసి ఉత్సాహం కలిగి ంచే కథలు చెప్పే మరొక గొర్రెలకాపరి కావచ్చు. గొర్రెలకాపరి తను ఒక్కడే కాదు కదా. కానీ ఆ ఒంటెతోలుతున్న మనిషిమాటలు తనకు అర్థమయాయి. అందుకు చాలా హుషారుగా ఉన్నది. మనుషుల గతంతోనూ, వర్తమానంతోనూ వ్యవహరించే ఆ విశ్వభాష బహుశా తనుకూడా నేర్చుకున్నాడు ఏమో."సద్య

స్ఫురణ" అంటూ ఉండేది అతని తల్లి. సద్య స్ఫురణ అంటే ఆత్మ ఈ విశ్వజీవన ప్రవాహంలో మునిగిపోవటం అని అతనికి అర్థమవుతున్నది. ఆ ప్రవాహంలో అందరి జీవనచరిత్రలు ఒకదానికొకటి ముడిపడి ఉన్నాయి. అక్కడ అంతా రాసిఉన్నది గనుక మనం అంతా తెలుసుకోగలుగుతాం.

"మక్తుబ్." అన్నాడు ఆ కుర్రవాడు గాజుసామాను వ్యాపారిని గుర్తుచేసుకుంటూ.

ఎడారి అంతా కొంతదూరం ఇసుకమయం, మరికొంతదూరం రాళ్లగుట్టలు. బిడారానికి పెద్ద కొండరాయి అడ్డం వస్తే, అది దానిచుట్టూ తిరిగి వెళ్లాలి. రాతిప్రదేశం ఎదురొస్తే చుట్టూతిరిగి వెళ్ళటం తప్ప మార్గం లేదు. ఇసక మరీ సన్నగా ఉండి జంతువుల గిట్టలు ఆ ఇసుకలో దిగపడుతూ ఉంటే, ఇసక కొంచెం బరకగా ఉన్న మార్గం వెతకాలి. కొన్నిచోట్ల నేలంతాఎండిపోయిన సరస్సుల ఉప్పుతో నిండిఉండేది. అక్కడ అ ముందడుగు వేయడానికి జంతువులు మొండికి వేసేవి. ఒంటెలు తోలేవారు కిందికిదిగి వాటిబరువు తగ్గించటంతప్ప వేరే మార్గం లేదు. దారుణమైన ఆ దారిలో ఒంటెలు తోలేవారు ఆ సామాను స్వయంగా మోసుకు వెళ్లేవారు. ఆ సరస్సు దాటిన తర్వాత మళ్లీ ఆ సామాను ఒంటెలమీదికి ఎక్కించేవారు. గైడ్ ఎవరైనా అస్వస్థత పాలు అయితే, లేదా చనిపోతే ఒంటెలు తోలేవారు లాటరీ పద్ధతిన కొత్త గైడ్ ను నియమించేవారు.

ఇదంతా ఒకే ఒక్క ముఖ్యకారణం వల్ల జరిగేది. ఎన్ని చుట్టుదారులు, ఎన్ని సవరణలు జరిగినా బిడారం ఒకే గమ్యానికి దారితీసేది. అడ్డంకులు దాటిన తర్వాత అది మామూలు దారికి వచ్చేది. ఇదంతా ఒయాసిస్‌ను చూపించే నక్షత్రాన్ని అనుసరించి జరిగేది. నక్షత్రం తెల్లవారిన తర్వాత ఆకాశంలో కనబడితే, వారు సరైన మార్గాన – నీరు, తాటి చెట్లు, నీడ, ఇతర మనుషులు – ఉన్నారని వారికి తెలిసేది. ఇదంతా తెలియనిది ఆ ఇంగ్లీషు వ్యక్తి ఒక్కడికే. ఎప్పుడు చూసినా అతను తన పుస్తకాలలో మునిగి ఉండేవాడు.

ఆ కుర్రవాడికి కూడా తన పుస్తకం ఉన్నది. ప్రయాణం మొదటి రోజులలో అతను పుస్తకం చదవడానికి ప్రయత్నించాడు. కానీ నడుస్తున్న బిడారాన్ని గమనించటం, గాలిచేసే సవ్వడి వినటమే అతనికి ఆనందంగా, ఆసక్తికరంగా ఉండేది. తను ఎక్కిఉన్న ఒంటెను గురించి తెలుసుకొని, దానితో ఒక సంబంధం ఏర్పరచుకున్నాడు. మరుక్షణం అతను తన పుస్తకాన్ని గిరాటు వేశాడు. పుస్తకం తెరిచిన ప్రతిసారీ తను కొంత ముఖ్యమైన విషయం

నేర్చుకుంటాడు అనే మూఢనమ్మకం అతనిలో చోటు చేసుకుంది. కానీ అదంతా అనవసరమైన భారం అని అతను నిర్ణయించుకున్నాడు.

తన పక్కనే ప్రయాణిస్తున్న ఒంటెమావటితో స్నేహం కలిపాడు. రాత్రిపూట చలిమంట చుట్టూ కూర్చున్నప్పుడు ఆ కుర్రవాడు గొర్రెలకాపరిగా తన సాహసాలను ఆ ఒంటెమావటికి కథలుగా చెప్పేవాడు.

అలాటి ఒక సంభాషణలో ఆ మావటి తన జీవితాన్ని గురించి చెప్పాడు.

"నేను ఎల్ కైరుం దగ్గర నివసించే వాడిని." అతను చెప్ప సాగాడు. "నాకు ఒక తోట, నా పిల్లలు, కడదాకా మారని జీవితం ఉండేవి. ఒక సంవత్సరం పంట అత్యధికంగా పండింది. ఆ సంవత్సరం మేమంతా మక్కా వెళ్ళాము. నా జీవితంలో తీరని ఆ ఒక్క బాధ్యత తీరిపోయింది. నేను ఇక నిశ్చింతగా కన్ను మూయ వచ్చు. అది తలుచుకుంటే నాకు ఆనందం వేసింది.

"ఒకనాడు నేల కదలసాగింది. నైలునది బొడ్డును దాటి ప్రవహించింది. అటువంటిది ఇతరులకే గాని నాకెన్నడూ జరగదు అని నా ఆలోచన. ఆ వరదలో తమ ఆలివ్ చెట్లు అన్ని కొట్టుకుపోతాయి అని మా ఇరుగు పొరుగుల భయం. మా పిల్లలు ఏమైపోతారో అని మా ఆవిడ భయం. నాకు ఉన్నది అంతా సర్వనాశనం అయిపోతుందని అనుకున్నాను.

"నేల అంతా ధ్వంసం అయిపోయింది. జీవనం కోసం నేను మరోమార్గం వెతక వలసి వచ్చింది. దానితో నేను ఒంటె మావటిని అయ్యాను. కానీ ఆ విధ్వంసం నాకు అల్లామాట అర్థం చేసుకోవటం నేర్పింది. వారికి అవసరమైంది, వారు కోరింది సాధించగలిగితే ప్రజలు తమకు తెలియని దానిని గురించి భయపడనవసరం లేదు.

"మనకు ఉన్నది – మన జీవితం, మన వస్తువులు, ఆస్తిపాస్తులు – కోల్పోతామేమోనని మనభయం. మన జీవితకథలు, ప్రపంచ చరిత్ర రాసింది ఒకే చెయ్యి అని మనం అర్థంచేసుకున్నప్పుడు మన భయం పటాపంచలు అవుతుంది."

కొన్నిసార్లు వారి బిడారం మరొక బిడారంతో కలిసేది. ఒకరికి కావలసింది మరొకరి దగ్గర తప్పక ఉండేది. మనకు కావలసినది అంతా ఒకే చెయ్యి రాసిఉంచినట్లు. వారందరూ చలిమంటచుట్టూ చేరినప్పుడు ఒంటె మావటులు గాలిదుమారాలను గురించిన సమాచారం ఒకరికొకరు చెప్పుకునేవారు. ఎడారిని గురించి కథలు చెప్పేవారు.

కొన్నిసార్లు ముసుగులు కప్పుకొన్న మనుషులు కనిపించేవారు. వాళ్లు బిడారాలు నడిచే దారులు పరిశీలించేవారు. వారిని బెడుయిన్స్ అంటారు. వాళ్లు దొంగలను గురించి, నరమాంస భక్షకులను గురించి హెచ్చరికలు చేసేవారు. వాళ్లు తమకళ్ళు మాత్రమే కనబడేట్లు నల్లని దుస్తులు ధరించే వారు. వాళ్లు నిశ్శబ్దంగా వచ్చి, అలాగే నిశ్శబ్దంగా నిష్క్రమించే వారు. ఒకరాత్రి ఒక ఒంటె మావటి చలిమంట దగ్గరికి వచ్చి "జాతి యుద్ధాలు జరగబోతున్నాయి అని పుకారు." అని చెప్పాడు. అక్కడ అ కుర్రవాడు, ఇంగ్లీష్ వ్యక్తి కూర్చొని ఉన్నారు.

ముగ్గురూ మౌనం వహించారు. ఎవరూ ఏమీ మాట్లాడక పోయినా, ఆ వాతావరణంలో భయం రాజ్యం చేస్తున్నదని ఆ కుర్రవాడు గమనించాడు. మరొకసారి మాటలు లేని భాష – విశ్వ భాష – అతని అనుభవంలోకి వస్తున్నది.

ఇంగ్లీష్ వ్యక్తి తమకు ఏమైనా ప్రమాదం జరగబోతున్నదా, అని ప్రశ్నించాడు.

"ఒకసారి ఎడారిలో అడుగుపెట్టిన తర్వాత వెనక్కు తిరగటం అంటూ లేదు." ఒంటెమావటి అన్నాడు. "వెనకడుగు వేయటం అంటూ లేదు గనుక, ముందడుగు ఎలా వేయాలి అని మాత్రమే ఆలోచించాలి. ఆపైన మంచీ చెడూ అంతా అల్లా దయ."

అంతా చెప్పి అతను "మక్తుబ్" అన్న మకుట పదంతో ముగించాడు.

"మీరు బిడారాలను మరింత ధ్యాసతో గమనించాలి." ఆ ఒంటె మావటి వెళ్లిపోయిన తర్వాత ఆ కుర్రవాడు ఇంగ్లీష్ వ్యక్తితో అన్నాడు. "మనం చాలాసార్లు పక్కదారులు పట్టాం. అయినా మనం ఎప్పుడూ ఒకే దిక్కుగా వెళుతున్నాము."

"నువ్వు ప్రపంచాన్ని గురించి ఇంకా చదవాలి." ఇంగ్లీష్ వ్యక్తి సమాధానం. "ఆ విషయంలో పుస్తకాలు బిడారాల వంటివి."

మనుషులు, జంతువులు ఒక మహాసమూహముగా చేరి వేగంగా ప్రయాణించ సాగారు. పగటిపూట అంతా నిశ్శబ్దంగా ఉంటుంది. రాత్రిపూట చలిమంట చుట్టూచేరి ప్రయాణీకులు మాట్లాడుకునేవారు. కానీ ప్రస్తుతం రాత్రుళ్ళుకూడా నిశ్శబ్దం అయిపోయాయి. చలిమంట ఉంటే అక్కడ బిడారాలు ఉన్నాయని సంకేతం. ఆ ప్రమాదం తప్పించడానికి బిడారం నాయకులు ఆనాటినుంచి రాత్రిపూట చలిమంటలు నిషేధించారు.

అప్పటి నుంచి యాత్రికులు జంతువులు అన్నిటినీ రాత్రిపూట ఒక వలయాకారంలో ఏర్పాటు చేసేవారు. ఆ జంతువుల వలయం మధ్యలో

అందరూ పడుకునేవారు. ఆ విధంగా రాత్రిపూట చలికి కొంత కాపు దొరికేది. బిడారం చుట్టూ నాయకులు సాయుధులైన మనుష్యులను కాపలా పెట్టారు.

ఒక రాత్రి ఇంగ్లీష్ వ్యక్తికి నిద్ర పట్టలేదు. ఆయన ఆ కుర్రవాడిని పిలిచారు. చుట్టూ ఉన్న ఇసుక తిన్నెలమీద వాళ్లు ఇద్దరూ కలిసి నడిచారు. ఆ రాత్రి పౌర్ణమి. ఆ కుర్రవాడు ఇంగ్లీష్ వ్యక్తికి తన కథ చెప్పాడు. ఆ కుర్రవాడు క్రిస్టల్ దుకాణంలో పనిచేయటం మొదలు పెట్టిన తరువాత జరిగిన పురోగతి విని ఇంగ్లీష్ వ్యక్తి సమ్మోహితుడై నాడు.

"అన్నిటినీ పాలించేది అదే సూత్రం" ఆయన అన్నాడు. "రసవాదంలో దానినే విశ్వాత్మ అంటారు. నువ్వు ఏదైనా హృదయపూర్వకంగా కోరుకున్నపుడు నువ్వు విశ్వాత్మకు అత్యంత చేరువ అవుతావు. అది సదా అవధారణ శక్తి."

"ఇది మనుష్యులకు మాత్రమే కాదు. ఈ భూమిమీది ప్రతి వస్తువుకు - అది ఖనిజం, కూరగాయ, జంతువు, చివరికి ఒక సరళమైన ఆలోచన కూడా కావచ్చు - ఒక ఆత్మ ఉన్నది అని అతను చెప్పాడు. "భూమి సజీవం. దానికి ఒక ఆత్మ ఉన్నది. మనము ఆ ఆత్మలో ఒక భాగం. కనుకనే భూమి మనకోసం శ్రమించుతున్నది అని మనము గుర్తించలేము. కనుకనే ఈ భూమి మీద ప్రతి వస్తువు నిరంతరం మార్పు చెందుతూ ఉన్నది. బహుశా ఆ క్రిస్టల్ దుకాణాలలో ఆ గ్లాసులు నీ సాఫల్యం కోసం సహకరిస్తున్నాయి అని గ్రహించి ఉంటావు."

చందమామను, తెల్లని ఇసుకతిన్నెలను చూస్తూ ఆ కుర్రవాడు ఆ విషయాన్ని గురించి కొంతసేపు ఆలోచించాడు. "ఎడారి దాటుతున్నప్పుడు నేను ఈ బిడారం గమనించాను" అతను అన్నాడు. "ఈ బిడారము, ఎడారి ఒకే భాష మాట్లాడుతాయి. కనుకనే ఎడారి మనలను దాటనిస్తున్నది. ఈ బిడారం ప్రతిఅడుగు సకాలంలో వేస్తున్నదాలేదా అని ఈఎడారి పరీక్షించుతున్నది. అది సవ్యంగా జరిగితే మనం ఒయాసిస్ చేరుకుంటాం."

"ఆ భాష అర్థం చేసుకోకుండా మన ఇద్దరిలో ఎవరైనా తమ స్వంత ధైర్యంతో ఈ బిడారం చేరిఉంటే ఈ ప్రయాణం ఇంకా కష్టతరం అయ్యేది."

వారిద్దరూ చంద్రుడిని చూస్తూ అక్కడే నుంచున్నారు.

"శకునాల గారడి అదే." అన్నాడు కుర్రవాడు. "మన గైడ్స్ ఎడారిలో జాడలు ఎలాగుర్తించుతారో నేను చూశాను. ఈ బిడారం ఆత్మ ఈ ఎడారి ఆత్మతో ఎలా మాట్లాడుతుందోకూడా చూశాను."

ఇంగ్లీషు వ్యక్తి అన్నాడు. "ఇకనుంచి నేను బిడారం వైపు ధ్యాస మళ్ళిస్తాను."

"నేను ఇకనుంచి మీ పుస్తకాలు చదువుతాను." అన్నాడు కుర్రవాడు.

* * *

ఆ పుస్తకాలన్నీ వింతగా ఉన్నాయి. అవి పాదరసం, ఉప్పు, మహాసర్పాలు, రాజులను గురించి చెబుతున్నాయి. అతనికి అందులో ఏమీ అర్థంకాలేదు. కానీ అన్ని పుస్తకాల్లోనూ ఒకభావం పునరావృతం అయింది: అన్ని వస్తువులూ ఒకే వస్తువు యొక్క భిన్నరూపాలు అని.

ఒక పుస్తకంలో రసవాద సాహిత్యంలో అత్యంత ముఖ్యమైన పాఠ్యవిషయం కొద్ది పంక్తులు మాత్రమే అని తెలుసుకున్నాడు. అది ఒక మరకతమణి పలకమీద రాసిఉన్నదనికూడా తెలుసుకున్నాడు.

"అది మరకత ఫలకం." అన్నాడు ఇంగ్లీషు వ్యక్తి, ఆ కుర్రవాడికి తను ఏదో కొంత బోధించగలడు అనే గర్వంతో.

"మరి అయితే ఈ పుస్తకాలన్నీ ఎందుకు?" ఆ కుర్రవాడు అడిగాడు.

"ఆ కొద్దిపంక్తులు అర్థం చేసుకోవడానికి." ఇంగ్లీష్ వ్యక్తి సమాధానం. కానీ ఆయన చెప్పిన దాంట్లో ఆయనకే పూర్తిగా నమ్మకం ఉన్నట్లు కనిపించలేదు.

ఆ కుర్రవాడికి ప్రఖ్యాత రసవాదుల కథలు ఉన్న పుస్తకం బాగా నచ్చింది. వారంతా వారి ప్రయోగశాలలో లోహాలను శుద్ధి చేయటంలో తమ జీవితాలు అంకితం చేశారు. ఒక లోహాన్ని సంవత్సరాల తరబడి కరిగించుతూ ఉంటే దాని ప్రత్యేక లక్షణాలు కోల్పోతుందని, మిగిలేది విశ్వాత్మ మాత్రమేనని వారి నమ్మకం. ఆ విశ్వాత్మ సహాయంతో వారు ఈ భూమిమీది ఏవిషయాన్నైనా సరే అర్థం చేసుకోగలరు. ఎందుకంటే అన్ని వస్తువులు భాషించేది ఆ భాషలోనే. ఆ ఆవిష్కరణను వారు పరమకృతి అన్నారు. అందులో ఒక అంశ ద్రవము మరొక అంశ ఘనపదార్థం.

"ఆ భాషను అర్థం చేసుకోవటానికి మనుషులను, శకునాలను పరిశీలించితే చాలదా?" కుర్రవాడు అడిగాడు.

"అన్నీ సరళంగా చేయాలని నీకు ఒక ఉన్మాదం." కొంచెం చిరాకుగా ఆ ఇంగ్లీషు వ్యక్తి సమాధానం చెప్పాడు. "రసవాదం గంభీరమైన విషయం. అడుగడుగునా ఆ మహాగురువులను అనుసరించాలి."

ఆ పరమకృతిలో ద్రవభాగం జీవామృతం అని ఆ కుర్రవాడు తెలుసుకున్నాడు. అది అన్ని జబ్బులను నయం చేస్తుంది. రసవాదులకు వృద్ధాప్యం రాకుండా ఆపుతుంది. ఇక ఆ ఘనపదార్థం పరుసవేది అన్నారు.

"పరుసవేది కనుక్కోవటం సులభం కాదు." ఇంగ్లీష్ వ్యక్తి అన్నాడు. "లోహాలను శుద్ధిచేసే అగ్ని పరీక్షించుతూ రసవాదులు ప్రయోగ శాలలలో సంవత్సరాల తరబడి గడిపారు. వారు అగ్నికి అతి సమీపంలో చాలాకాలం గడపటంచేత, క్రమంగా వారు ఈ ప్రపంచం వృత్తులన్నీ వదిలేశారు. లోహాల ను శుద్ధి చేసే ప్రయత్నంలో తామే శుద్ధి అయ్యామని కనుక్కున్నారు."

ఆ కుర్రవాడు క్రిస్టల్ వ్యాపారిని గురించి ఆలోచించాడు. క్రిస్టల్ సామాన్లన్నీ శుభ్రం చేయటం మంచిదని, అందువల్ల తను విముఖ ఆలోచనల నుంచి విడిపడతాడని ఆయన చెప్పాడు. ఒక్కొక్కరు తమ నిత్య జీవితంలోనే రసవాదం నేర్చుకోవచ్చును అని క్రమంగా అతనికి నమ్మకం కలుగుతున్నది.

"అంతేకాక" ఆ ఇంగ్లీష్ వ్యక్తి చెప్పాడు "పరుసవేదికి మరొక అద్భుతమైన లక్షణం ఉన్నది. ఆ రాతిలో ఒక చిన్నపలుకు టన్నులకొద్దీ ఇతర లోహాలను బంగారంగా మార్చగలదు."

అది విన్న కుర్రవాడికి రసవాదంలో ఆసక్తి ఇంకా పెరిగింది. కొంచెం ఓపికపట్టితే తను దేనినైనా బంగారంగా మార్చగలడు అని అతని ఆలోచన. అలా విజయం సాధించిన అనేకుల జీవితాలను గురించి అతను చదివాడు: హేల్వేతియాస్, ఎలియాస్, ఫల్కనేల్లి, గేబర్. అవి అన్నీ పరవశం కలిగించే కథలు. అందరూ తమగమ్యం చేరేవరకు జీవించారు. వారు దీర్ఘ ప్రయాణాలు చేశారు. వివేక వంతులైన వ్యక్తులతో సంభాషించారు. నమ్మనివారికి అద్భుతాలుచేసి చూపించారు. వారందరి దగ్గర పరుసవేది, జీవామృతం ఉన్నాయి.

ఆ పరమకృతి సాధించటం ఎలాగో తెలుసుకోవాలి అన్నప్పుడు అతనికి అంతా అగమ్యగోచరం అయింది. అక్కడ కేవలం రేఖాచిత్రాలు, సంకేత భాషలు, సూచనలు, అర్థంకాని పాఠ్య అంశాలు.

"విషయాలను వీరు ఇంత జటిలంగా ఎందుకు చేస్తారు?" అతను ఆ ఇంగ్లీషు వ్యక్తిని ఒకరాత్రి అడిగాడు. ఆ ఇంగ్లీషు వ్యక్తి చిరాకుగా ఉన్నాడని, అతను తన పుస్తకాలను గురించి చింతించు తున్నాడని గమనించాడు.

"అర్థం చేసుకోవలసిన అవసరం ఉన్నవారే అర్థం చేసుకోవాలి గనక." ఆయన అన్నాడు. "ప్రతి ఒక్కరూ సీసాన్ని బంగారంగా మార్చగలిగితే ఏమవుతుందో ఆలోచించు. బంగారం విలువ పడిపోతుంది. నిరంతరం శాస్త్రాన్ని ప్రగాఢంగా అధ్యయనం చేయటానికి ఆసక్తి ఉన్న వారే పరమకృతి సాధించగలరు. అందుకే నేను ఇక్కడ ఈ ఎడారిమధ్య ఉన్నాను. ఈ భాషలో సంకేతాలు విడమరచి చెప్పగల అసలైన రసవాది కోసం నేను అన్వేషిస్తున్నాను."

"ఈ పుస్తకాలు ఎప్పుడు రాశారు?" ఆ కుర్రవాడు అడిగాడు.

"కొన్ని శతాబ్దాల క్రితం."

"ఆ రోజుల్లో వాళ్లకు అచ్చుయంత్రాలు లేవు." ఆ కుర్రవాడు అన్నాడు. "కనుక రసవాదం గురించిన రచన అందరికీ అందు బాటులో లేకపోయింది. వాళ్లు అన్ని బొమ్మలతో ఆ విచిత్రమైన భాష ఎందుకు వినియోగించారు?"

అందుకు ఇంగ్లీషు వ్యక్తి సూటిగా సమాధానం చెప్పలేదు. గత కొన్నిరోజులుగా బిడారం ఎలా నడుస్తున్నదో తను గమనిస్తున్నానని, కానీ కొత్తగా ఏమీ తెలుసుకోలేక పోయానని చెప్పాడు. యుద్ధాన్ని గురించిన ప్రసంగం మాత్రం మాటిమాటికి తలఎత్తున్నది అన్న విషయం ఒక్కటే అతను గమనించ గలిగాడు.

* * *

ఒకనాడు ఆ కుర్రవాడు పుస్తకాలన్నీ ఇంగ్లీష్ వ్యక్తికి తిరిగి ఇచ్చేశాడు. "ఏమైనా నేర్చుకున్నావా?" ఇంగ్లీష్ వ్యక్తి అడిగాడు అతను ఏమినేర్చుకున్నాడో తెలుసుకోవాలనే కుతూహలంతో. యుద్ధం జరగబోతున్నదేమో అన్న ఆలోచన కట్టిపెట్టడానికి అతను ఎవరో ఒకరితో మాట్లాడుతూ ఉండాలి.

"ఈ ప్రపంచానికి ఒక ఆత్మ ఉన్నదని తెలుసుకున్నాను. ఆ ఆత్మను అర్థంచేసుకున్నవారు ఎవరైనా సరే వస్తువుల భాషను అర్థం చేసుకోగలరని నేర్చుకున్నాను. చాలామంది రసవాదులు తమ ధ్యేయాలను సాధించారని, ఆ తర్వాత వారు విశ్వాత్మను, పరుసవేదిని, జీవామృతాన్ని కనుక్కున్నారని తెల ుసుకున్నాను.

"అన్నిటికంటే ముఖ్యంగా ఈ విషయాలన్నీ చాలా సాధారణమైనవి, సరళమైనవని, అవి ఒక మరకత ఫలకం మీద రాయవచ్చని తెలుసుకున్నాను."

ఇంగ్లీష్ వ్యక్తి నిరాశపడి పోయాడు. సంవత్సరాల తరబడి పరిశోధన, రహస్య సంకేతాలు, వింత విచిత్ర పదాలు, ప్రయోగశాల సాధనాలు... ఇవి ఏవీ వాడికి ఆసక్తి కలిగించలేక పోయాయి. ఇవి అన్నీ అర్థం చేసుకోలేక పోయాడంటే ఆ కుర్రవాడి ఆత్మ చాలా ఆదిమం అయి ఉండాలని అతని ఆలోచన.

ఆయన తన పుస్తకాలు తిరిగితీసుకొని వాటి సంచులలో సర్దివేశాడు.

"పోయి బిడారం ఎలా నడుస్తుందో చూస్తూ కూచో." ఆయన అన్నాడు. "అదికూడా నాకు ఏమీ నేర్పలేదు."

ఆ కుర్రవాడు ఎడారిలో నిశ్శబ్దాన్ని, జంతువులు ఎగరతన్నే ఇసుకను గురించి ఆలోచనకు మళ్లాడు. "విషయాలు నేర్చుకోవటంలో ఎవరి పద్ధతి వారిది." అతను తనకు తానే చెప్పుకొన్నాడు. "ఆయనది నా పద్ధతి కాదు. నాది ఆయన పద్ధతి కాదు. కానీ ఇద్దరమూ మా గమ్యాల అన్వేషణలో ఉన్నాం. అందుకే ఆయన అంటే నాకు గౌరవం."

* * *

బిడారం రాత్రీ, పగలు కూడా ప్రయాణం చేయటం సాగించింది. ముసుగు కప్పుకున్న బిడూయిన్లు మరింత తరుచుగా కనపడ సాగారు. ఒంటె మావటివాడు ఆ కుర్రవాడికి మంచి స్నేహితుడు అయినాడు. జాతుల యుద్ధం అప్పుడే మొదలైంది అని అతను కుర్రవాడికి చెప్పాడు. ఈ బిడారం ఒయాసిస్ చేరగలిగితే చాలా అదృష్టం అన్నాడు.

జంతువులు అన్ని అలిసిపోయి ఉన్నాయి. మనుషుల మధ్య మాటలు రానురాను తగ్గిపోయాయి. రాత్రిపూట నిశ్శబ్దమే మహా భయంకరంగా తయారైంది. అంతకుమునుపు ఒంటె ఘీంకారం చేస్తే అది కేవలం ఒక అరుపుగా మాత్రమే ఉండేది. ఇప్పుడు ఒంటె అరిస్తే అందరికీ భయమే. ఎవరైనా తమ మీద దాడి చేయ బోతున్నారేమోనన్న భయం.

కానీ ఆ ఒంటె మావటి మాత్రం యుద్ధాన్ని గురించి ఎక్కువ పట్టించుకోలేదు. భయపడినట్లు కనిపించడం లేదు

"నేను బతికే ఉన్నాను." ఇద్దరూ కూర్చొని ఖర్జూరకాయలు తింటూఉండగా ఆ మావటి ఆ కుర్రాడితో అన్నాడు. అక్కడ అప్పుడు చలిమంట లేదు, పైన చంద్రుడు లేదు. "నేను ఏదైనా తింటున్నప్పుడు దానినిగురించి

మాత్రమే ఆలోచిస్తాను. నేను నడుస్తూ ఉంటే నా ఆలోచనలు అన్నీ నా నడకమీదనే ఉంటాయి. నేను పోరాడవలసివస్తే ఏరోజైనా ఒకటే. ఎందుకంటే మరణానికి అన్నిరోజులూ ఒకటే.

"నేను గతంలోనో లేదా భవిష్యత్తులోనో బతకటం లేదు. నాకు ఈ వర్తమానం మీదనే ఆసక్తి. నువ్వు కూడా వర్తమానంమీద ధ్యాస పెట్టగలిగితే సంతోషంగా ఉంటావు. ఈ ఎడారిలో జీవం ఉన్నదని, పైన తారలు ఉన్నాయని, ఇక్కడి జాతులుకూడా మానవజాతిలో భాగమే కనుక వారు పోరాడుతారని నువ్వు తెలుసుకుంటావు. అప్పుడు జీవితం మీకు ఒక వేడుక, ఒక ఉత్సవం అవుతుంది. ఎందుకంటే జీవితం అంటే మనము బ్రతికిఉన్న ఈక్షణం మాత్రమే."

రెండురోజుల తర్వాత పడుకోబోయేముందు ఆ కుర్రవాడు తాము ప్రతిరాత్రి అనుసరించుతున్న నక్షత్రంకోసం వెతికాడు. ఆనాడు క్షితిజం మామూలుకంటే కిందికి దిగినట్లు తోచింది. ఎందుకంటే అతనికి నక్షత్రాలు ఎడారి మీదనే ఉన్నట్లు అనిపించింది.

"అదే ఒయాసిస్." అన్నాడు మావటి.

"మనంఇప్పుడే అక్కడికి వెళ్ళకూడదు?" ఆ కుర్రవాడి ప్రశ్న.

"ఇప్పుడు మనం నిద్ర పోవాలి."

* * *

సూర్యుడు ఉదయించుతుండగా ఆ కుర్రవాడు మేలుకున్నాడు. ఆ క్రితంరాత్రి నక్షత్రాలు కనిపించినచోట ఇప్పుడు ఖర్జూరపుచెట్లు వరసలుతీరి, ఎడారిఅంతా నిండిఉన్నట్లు కనిపిస్తున్నాయి.

"చేరుకున్నాం మొత్తానికి." పెందరాడే మేలుకున్న ఇంగ్లీష్ వ్యక్తి కూడా అన్నాడు.

ఆ కుర్రవాడు మౌనంగా ఉన్నాడు. ఎడారిలో నిశ్శబ్దం అతనికి బాగానచ్చింది. కేవలం ఎదురుగా కనబడుతున్న చెట్లు చూస్తుంటేనే అతనికి తృప్తిగా ఉన్నది. పిరమిడ్లు చేరాలంటే అతను ఇంకా చాలాదూరం ప్రయాణం చేయాలి. ఏదో ఒకనాడు ఈ ఉదయం కూడా ఒకస్మృతి అవుతుంది. కానీ ఇది, ఆ ఒంటెమావటి చెప్పినట్లు, ప్రస్తుతంలో క్షణం. గతంలో నేర్చుకున్న పాఠాలతోనూ, భవిష్యత్తును గురించిన కలలతోను జీవించినట్లు ఈ ప్రస్తుత

క్షణంలోకూడా జీవించాలని అనుకున్నాడు. ఖర్జూరపుచెట్ల దృశ్యం ఏదో ఒకనాడు కేవలం ఒక స్మృతి కావచ్చు. కానీ ప్రస్తుతానికి మాత్రం అది ఒక నీడ, తాగటానికి నీళ్ళు, ఉదయం నుంచి శరణాగతి. ఒంటె అరుపు నిన్న యుద్ధానికి సంకేతం అయింది. అలాగే ఇప్పుడు ఖర్జూరపుచెట్ల వరసలు ఒక అద్భుతానికి సంకేతం కావచ్చు.

ఈ ప్రపంచం అనేక భాషలు మాట్లాడుతుంది – కుర్రవాడి ఆలోచన.

* * *

కాలం త్వరగా నడుస్తుంది. బిడారాలు కూడా అంతే అని, ఒయాసిస్ దగ్గరికి చేరుతున్న వందలకొలది మనుషులు జంతువులను గమనించుతున్న రసవాది ఆలోచన. కొత్తగా వచ్చేవారిని చూసి జనం కేకలు పెడుతున్నారు. ఎడారి దుమ్ము సూర్యుడిని కప్పివేసింది. కొత్తగా వస్తున్న మనుషులను చూసి పిల్లలు ఉత్సాహంతో కేకలు వేస్తున్నారు. ఆటవిక జాతి నాయకులు బిడారం నాయకుడిని స్వాగతం పలికి ఆయనతో మాట్లాడుతున్నారు. ఈ విషయం రసవాది గమనిస్తున్నాడు.

కానీ ఆయనకు ఇదేమీ పట్టలేదు. ఆయన ఎంతోమంది రావటం పోవటం చూసి ఉన్నాడు. కానీ ఎడారి మాత్రం ఎప్పటిలాగానే ఏమీ మార్పు లేకుండా ఉన్నది. ఈ ఎడారి ఇసుకలమీద మహారాజులు, యాచకులు నడవడం ఆయన చూశాడు. గాలి మూలకంగా అ ఇసుకతిన్నెలు మారుతున్నాయి కానీ ఇసుక మాత్రం చిన్నతనంనుంచి తను చూసిన అదే ఇసుక. వారాల తరబడి పచ్చని ఇసుక, నీలి ఆకాశం చూసిన ప్రయాణికులు ఖర్జూరపుచెట్ల పచ్చదనం చూసి ఆనందం అనుభవించుతుంటే చూడటం అతనికి చాలా సంతోషం. మానవుడు ఖర్జూరపుచెట్లను మెచ్చుకోవటానికేనేమో భగవంతుడు ఎడారి సృష్టించాడని ఆయన ఆలోచన.

ఆయన వాస్తవవిషయాలమీద దృష్టి కేంద్రీకరించ దలుచు కున్నాడు. ఆ బిడారంలో వస్తున్న ఒక వ్యక్తికి తను తన రహస్యాలు కొన్ని బోధించవల సి ఉన్నదని ఆయనకు తెలుసు. ఆయన శకునాలు ఆయనకు ఆ విషయం తెలియజేశాయి. ఆయనకు ఆ వ్యక్తి ఎవరో ఇంతవరకు తెలియదు. కానీ కనపడగానే ఆయన కళ్ళు అతనిని గుర్తించుతాయి. కొత్తగావస్తున్న ఈ వ్యక్తి తన పూర్వపు శిష్యుడివలె సమర్థుడుగా ఉంటాడని ఆయన ఆశ.

ఈ విషయాలన్నీ నోటిమాటతో ఎందుకు చెప్పాలో నాకు తెలియదు అని ఆయన ఆలోచన. నిజానికి అవి పెద్ద రహస్యాలు ఏమీకావు. భగవంతుడు జీవులు అందరికీ తన రహస్యం సులువుగానే తెలియ పరుస్తాడు.

ఈ వాస్తవానికి ఆయన వివరణ ఒక్కటే: పదార్థాలు అన్నీ పరి శుద్ధ జీవితంతో చేయబడ్డాయి. ఇటువంటి జీవితం బొమ్మలతో, మాటలతో చెప్పటానికి వీలుకాదు. కనుకనే ఇవి అన్నీ నోటిమాటతో తెలియజేయాలి.

ప్రజలు బొమ్మలతోను, పదాలతోను తన్మయులై పోతారు. దానితో ఈ ప్రపంచభాష మర్చిపోతారు.

* * *

ఆ కుర్రవాడు తను చూసినదంతా నమ్మలేకపోతున్నాడు. ఒయాసిస్ అంటే చుట్టూ కొన్ని ఖర్జూరపుచెట్లతో ఉన్న - తన జాగ్రఫీ పుస్తకంలో చూసిన బొమ్మ - బావి వంటిది అనుకున్నాడు. కానీ అది స్పెయిన్లో తనకు తెలిసిన చాలా ఊళ్లకంటే చాలా పెద్దది. అక్కడ అ మూడువందల బావులు, 50000 ఖర్జూరపు చెట్లు ఉన్నాయి. వాటి చుట్టూ లెక్కకు అందని రంగురంగుల గుడారాలు ఉన్నాయి.

"ఇది వెయ్యిన్నొక్క రాత్రులు అన్నట్లు ఉన్నది." అన్నారు ఇంగ్లీష్ వ్యక్తి. ఆయన రసవాదిని కలుసుకోవడానికి చాలా ఆతృత పడుతున్నాడు. అక్కడికి చేరుతున్న జంతువులను, మనుషులను చూడటానికి పిల్లలు ఉత్సాహంగా గుమికూడి వున్నారు. ఒయాసిస్ దగ్గర ఉన్న పురుషులు, అక్కడికి వచ్చేవారు ఏదైనా పోరాటం చూశారా అని తెలుసుకోవాలని ఉన్నారు. స్త్రీలు అందరూ వ్యాపారులు తెచ్చిన వస్త్రాలు, విలువైన రాళ్లు చూడటానికి పోటీపడుతున్నారు. ఎడారి నిశ్శబ్దం అనేది మరుగైన ఒకకల అయింది. బిడారంలో ప్రయాణీకులు - ఆధ్యాత్మిక ప్రపంచంలోనుంచి అప్పుడే మామూలు ప్రపంచంలోకి వచ్చినట్లు - నిరాఘాటంగా నవ్వుతూ, అరుస్తూ మాట్లాడుతున్నారు. ఏదో విడుదల కలిగినట్లు అందరూ చాలా సంతోషంగా ఉన్నారు.

ఎడారిలో వారు చాలా జాగ్రత్తలు తీసుకునేవారు. కానీ ఈ ఒయాసిస్‌లు - ఇక్కడ ఎక్కువగా స్త్రీలు, పిల్లలు ఉంటారు గనుక - ఎప్పుడూ తటస్థ ప్రాంతాలుగా పరిగణించబడతాయి. ఎడారి అంతటా ఒయాసిస్‌లు

ఉంటాయి. కానీ ఆటవికజాతి పురుషులు మాత్రం ఎడారిలో పోరాడుతారు. ఒయాసిస్‌లను శరణా లయాలుగా వదిలివేస్తారు.

కొంతశ్రమతో ఆ బిడారం నాయకుడు తనమనుషులను అందరినీ ఒకచోట చేర్చి సూచనలు ఇచ్చాడు. ఆటవిక జాతుల మధ్య ప్రస్తుతం నడుస్తున్న పోరాటం ముగిసినదాకా తమ బృందం ఇక్కడే ఉంటుంది. తామందరూ అక్కడ యాత్రికులే కనుక ఒయాసిస్ దగ్గర నివసించే వారితో సర్దుకోవాలి అని చెప్పారు. వారికి ఉత్తమమైన వసతి ఇస్తారు. అది వారి ఆతిధ్యం నియమం. ఆ తర్వాత ఆయన తనవారి నందరినీ, తన కాపలాదారులతో సహా తమ ఆయుధాలను అక్కడి జాతినాయకులు చెప్పిన వ్యక్తులకు ఇవ్వాలని చెప్పారు.

"అవి యుద్ధ నియమాలు." నాయకుడు వివరించాడు. "ఒయాసిస్ లు సేనలకు, దళాలకు ఆశ్రయం కాకూడదు."

ఇంగ్లీషువ్యక్తి తన బ్యాగ్ లోనుంచి క్రోమియం ప్లేటింగ్ చేసి ఉన్న రివాల్వర్ తీసి ఆయుధాలు సేకరిస్తున్న వ్యక్తులకు ఇచ్చాడు. ఆ కుర్రవాడు ఆశ్చర్యపోయాడు.

"రివాల్వర్ ఎందుకు?" అతను అడిగాడు.

"మనుషులను నమ్మటానికి అది సాయపడుతుంది." ఇంగ్లీష్ వ్యక్తి సమాధానం.

ఈ మధ్యలో ఆ కుర్రవాడు తననిధిని గురించి ఆలోచించాడు. కాని, నిధికి దగ్గర అవుతున్నకొద్దీ కష్టాలు ఎక్కువ అవుతున్నాయి. ఆ ముసలిరాజు చెప్పిన "ఆరంభ అదృష్టం" పనిచేయటం మానివేసినట్లు ఉన్నది. తన కల పండించుకునే ప్రయత్నంలో తన పట్టుదలకు, ధైర్యానికి నిరంతరం పరీక్షలు ఎదురవుతున్నాయి. కనుక తను తొందరపడకూడదు. సహనం కోల్పోకూడదు. ముందుకు దూసుకుపోతే దారిలో దేవుడు తనకోసం ఏర్పాటుచేసిన శకునాలు చూడటం తప్పుతాడు.

దేవుడు నా దారిలో శకునాలు ఏర్పాటు చేశాడు. ఆ ఆలోచన అతనికి ఆశ్చర్యం కలిగించింది. అప్పటిదాకా శకునాలు అంటే ఈ ప్రపంచంలో వస్తువులు - తినటం, నిద్రపోవటం, ప్రేమకోసం అర్రులు చాచడం, ఉద్యోగం వెతకటం - అని అతని భావన. తను ఏమి చెయ్యాలి అనేది చెప్పటానికి అది భగవంతుడి భాష అని అతనికి ఇంతవరకు తోచలేదు.

"ఓపిక పట్టు." అతను తనకు తానే చెప్పుకున్నాడు. ఆ ఒంటెమావటి చెప్పినట్లు "తినే సమయం అయినప్పుడు తిను. కదలటానికి సమయం అయినప్పుడు కదులు."

మొదటిరోజు ఇంగ్లీష్ వ్యక్తితో పాటు అందరూ అలిసిపోయి నిద్రపోయారు. ఆ కుర్రవాడికి తన స్నేహితుడికి దూరంగా చోటు దొరికింది. సుమారు అతని వయసు ఉన్న మరి ఐదుగురు కుర్రవాళ్లతో ఒక డేరాలో చోటు దొరికింది. వారందరూ ఎడారికి చెందినవారు. నగరాలను గురించి కథలు చెప్పమని ఆ కుర్రవాడిని అందరూ బతిమాలారు.

ఆ కుర్రవాడు తన గొర్రెలకాపరి జీవితాన్ని గురించి చెప్పాడు. ఆ తర్వాత క్రిస్టల్ దుకాణంలో తన అనుభవాలు చెప్పబోతూ ఉండగా, ఇంగ్లీష్ వ్యక్తి ఆ డేరాలో ప్రవేశించాడు.

"పొద్దుటినుంచి నీకోసమే చూస్తున్నాను" కుర్ర వాడిని డేరా వెలుపలికి తీసుకువెళ్తూ అన్నాడు. "ఆ రసవాది ఎక్కడ ఉంటాడో తెలుసుకోవటానికి నీ సాయం కావాలి."

మొదట ఆయనను వెతకటానికి తమంత తామే ప్రయత్నం చేశారు. రసవాది జీవనశైలి మిగిలిన వారి శైలి కంటే వేరుగా ఉంటుంది. బహుశా అతని డేరాలో నిరంతరం ఒక కొలిమి మండుతూ ఉంటుంది. వాళ్లు ప్రతి చోటా వెతికారు. ఆ ఒయాసిస్ వారు ఊహించినదానికంటే చాలా పెద్దది. అక్కడ వందలకొలది డేరాలు ఉన్నాయి.

"మనం దాదాపు ఒకరోజంతా వృథా చేశాము." ఆ కుర్రవాడితోపాటు ఒక బావి పక్కన కూర్చుంటూ ఇంగ్లీష్ వ్యక్తి అన్నాడు.

"ఎవరినైనా అడిగితే బాగుంటుందేమో." అని కుర్రవాడి సూచన.

తాను అక్కడికి ఎందుకు వచ్చాడో ఇతరులకు చెప్పటం ఇంగ్లీష్ వ్యక్తికి ఇష్టం లేదు. ఏం చేయాలో తోచలేదు. చివరికి ఆ కుర్రవాడి సలహాకు ఒప్పుకున్నాడు. ఆ కుర్రవాడికి తనకంటే అరబిక్ భాష బాగా వచ్చు. కనుక ఆ కుర్రవాడినే అడగమన్నాడు. అప్పుడే ఆ బావిదగ్గరికి మేకతోలు సంచితో ఒక స్త్రీ వచ్చింది. ఆ కుర్రవాడు ఆమెను సమీపించి

"గుడ్ ఆఫ్టర్నూన్ అమ్మ! ఈ ఒయాసిస్ దగ్గర ఒక రసవాది నివసిస్తారని చెప్పారు. ఆయన ఎక్కడ ఉంటారో చెప్పగలరా?"

అటువంటి మనిషిని గురించి ఎప్పుడూ తను వినలేదు అని చెప్పి ఆవిడ అక్కడినుంచి బిరబిరా వెళ్లిపోయింది. వెళ్ళేముందు ఆవిడ ఆ కుర్రవాడికి నల్లదుస్తులలో ఉన్న స్త్రీలు పెళ్లయిన వారిని, వారితో మాట్లాడటానికి అతను ప్రయత్నం చేయకూడదని చెప్పివెళ్ళింది. అతను ఆచారాన్ని గౌరవించాలి.

ఇంగ్లీషు వ్యక్తి నిరాశ చెందాడు. ఇంతదూరం తన ప్రయాణం వ్యర్థంఅయింది అనిపించింది. ఆ కుర్రవాడికికూడా విచారం కలిగింది. తన స్నేహితుడు ఆయన అదృష్టం వెతుక్కుంటూ బయలుదేరాడు. ఎవరైనాసరే అటువంటి ప్రయత్నంలో ఉన్నప్పుడు ఈ విశ్వమంతా వారికి సాయపడుతుంది అని ఆ ముసలి రాజు చెప్పాడు. ఆయన పొరపాటుపడి ఉండడు.

"రసవాదులను గురించి నేను ఇంతవరకు ఎన్నడూ వినలేదు" ఆ కుర్రవాడు అన్నాడు. "బహుశా ఇక్కడకూడా ఎవరూ విని ఉండకపోవచ్చు."

ఇంగ్లీష్ వ్యక్తి కళ్ళు ఆనందంతో వెలిగాయి. "అదీ సంగతి. రసవాది అంటే ఏమిటో ఇక్కడ ఎవరికీ తెలియకపోవచ్చు. ఇక్కడ జనానికి జబ్బులు ఎవరు నయం చేస్తారో కనుక్కో."

నల్లదుస్తులు ధరించిన స్త్రీలు చాలామంది ఆబావి దగ్గరికి వచ్చారు. కానీ ఇంగ్లీష్ వ్యక్తి బలవంతం చేసినా, ఆ కుర్రవాడు వారు ఎవరితోనూ మాట్లాడలేదు. అప్పుడు అక్కడికి ఒక పురుషుడు వచ్చాడు.

"ఇక్కడ మనుషుల జబ్బులు నయంచేసే మనిషి ఎవరైనా మీకు తెల ుసునా?" ఆ కుర్రవాడు అడిగాడు.

"మా జబ్బులు అన్నీ అల్లాయే నయం చేస్తాడు." అన్నాడు ఆవ్యక్తి. కొత్తవారిని చూసి భయపడ్డాడు ఆయన. "మీరు మంత్రవైద్యుల కోసం చూస్తున్నారు." ఆయన ఖురాన్‌లో కొన్ని పదాలు స్మరించి అక్కడినుంచి నిష్క్రమించాడు.

మరొకమనిషి వచ్చాడు. వయసులో ఆయన పెద్దవాడు. ఆయన ఒక చిన్నబకెట్ తీసుకు వచ్చాడు. ఆ కుర్రవాడు తనప్రశ్న తిరిగి అడిగాడు.

"అటువంటివారితో మీకేమి పని?" ఆ అరబ్ అడిగాడు.

"ఆయనను కలుసుకోవడానికి మా స్నేహితుడు ఎన్నోనెలలు ప్రయాణంచేసి ఇక్కడికి వచ్చారు." ఆ కుర్రవాడు అన్నాడు.

"అటువంటి వ్యక్తి ఈ ఒయాసిస్‌లో ఉంటే ఆయన చాలాపెద్దవాడై ఉండాలి." కొన్నిక్షణాలు ఆలోచించి ఆ పెద్దాయన అన్నాడు. "ఇక్కడ జాతిపెద్దలు కూడా, ఆయన అనుమతి ఇస్తే తప్ప ఆయనను చూడలేరు.

"ఈ యుద్ధం ఆగినదాకా కాచుకొని ఉండండి. ఆ తర్వాత మీ బిడారంతోపాటు ఇక్కడి నుంచి తరలండి. ఈ ఓయాసిస్ జీవితంలో వేలుపెట్టకండి." అని చెప్పి ఆయన వెళ్ళిపోయాడు.

ఆ ఇంగ్లీషువ్యక్తి మాత్రం చాలా ఆనందపడిపోయాడు. తాము సరైన దారిలోనే ఉన్నారు!

చివరికి ఒక యువతి వచ్చింది. ఆమె నల్లదుస్తులలో లేదు. ఆమె భుజంమీద ఒక కడవ ఉన్నది. ఆమె తలమీద ముసుగు ఉన్నది. కానీ ముఖంమాత్రం కనబడుతున్నది. ఆమెను అడగటానికి ఆ కుర్రవాడు ఆమెను సమీపించాడు.

ఆ క్షణంలో అతనికి కాలం ఆగిపోయిందనిపించింది. అతనిలో విశ్వాత్మ కదిలింది. అతను ఆమె నల్లని కళ్లలోకి చూసినపుడు ఆమె పెదవులు చిరునవ్వుకు నిశ్శబ్దానికి మధ్య ఉన్నాయని గమనించినప్పుడు అతనికి ఈ ప్రపంచం మాట్లాడుతున్న భాషలో అత్యంత ముఖ్యాంశం తెలిసింది. అది ఈ భూమిమీద ప్రతి ఒక్కరూ హృదయంతో అర్థంచేసుకో గలిగిన భాష. అదే ప్రేమ. ఈ మానవజాతికంటే పురాతనం. ఈ ఎడారికంటే ప్రాచీనం. రెండుజతల కళ్ళు కలిసినప్పుడు వెలువడే శక్తి. ఇక్కడ ఈ బావిదగ్గర కలుసుకున్న కళ్ళు కూడా అదే శక్తి ప్రసరించాయి. ఆమె నవ్వింది. తప్పకుండా అది శుభశకునం. ఆ శకునం కోసమే అతను కాచుకుని ఉన్నాడు. తాను జీవితమంతా ఆ శకునంకోసమే ఎదురు చూస్తున్నాడు అనికూడా అతనికి తెలియదు. తన గొర్రెలలో, తన పుస్తకాలలో, స్ఫటికాలలో, ఎడారి నిశ్శబ్దంలో అతను ఆ శకునంకోసమే ఎదురు చూస్తున్నాడు.

అది ఈ ప్రపంచపు పరిశుద్ధమైన భాష. అనంతమైన కాలంలో ప్రయాణిస్తున్న ఈ విశ్వానికి ఎటువంటి వివరణా అవసరం లేనట్లే ఈ భాషకూ వివరణ అక్కరలేదు. ఆ క్షణాన తనజీవితంలో ఏకైక స్త్రీ ఎదుట తను ఉన్నానని ఆ కుర్రవాడి అనుభూతి. మాటల అవసరం లేకుండా ఆమెకూడా అదే అనుభూతి చెందింది. ప్రపంచంలో మరి ఏ విషయంలోనైనా సందేహం ఉండవచ్చేమో కానీ ఈ విషయంలో మాత్రం సందేహానికి తావులేదు. తాను

ప్రేమలోపడినప్పుడు ఎదుటివ్యక్తికి ఆ బాసటచేయబోయే ముందు ఆ వ్యక్తిని గురించి పూర్తిగా తెలుసుకోవాలని అతని తల్లిదండ్రులు, పితామహులు అతనికి చెప్పారు. అటువంటి అనుభూతి చెందినవారు బహుశా ఈ విశ్వభాష నేర్చుకొని ఉండరు. ఆ భాష తెలిస్తే ఈ ప్రపంచంలో నీకోసం ఎవరోఒకరు నిరీక్షిస్తున్నారు అని అర్థంచేసుకోవటం సులభం - అది ఒక ఎడారిమధ్యలో కావచ్చు, లేదా ఒక మహానగరంలో కావచ్చు. అటువంటి వ్యక్తులు ఇద్దరు కలిసి నప్పుడు, వారి కళ్ళు కలిసినప్పుడు గతమూ, భవిష్యత్తూ విలువ కోల్పోతాయి. అక్కడ అప్పుడు ఉన్నది ఆ ఒక్కక్షణమే. ఈ వినీల ఆకాశంకింద ప్రతి ఒక్క అంశమూ రాసినది ఒకే ఒకచెయ్యి అన్నది నమ్మరాని సత్యం. ప్రేమకు అంకురార్పణ చేసేది ఆ హస్తమే. ఈ ప్రపంచంలోని ప్రతి వ్యక్తికీ మరొక ఆత్మను సృష్టించేదికూడా ఆ హస్తమే. అటువంటి ప్రేమ లేకపోతే మన కలలకు అర్థం ఉండదు.

'మక్తుబ్' కుర్రవాడి ఆలోచన.

ఇంగ్లీష్ వ్యక్తి కుర్రవాడిని కదిలించాడు. "ఆమెని అడుగు."

కుర్రవాడు ఆ అమ్మాయికి మరికొంచెం దగ్గరగా జరిగాడు. ఆమె నవ్వింది. అతనుకూడా అదేపని చేశాడు.

"నీ పేరేమిటి?" అతను అడిగాడు.

"ఫాతిమా." అతని చూపు తప్పించుకుంటూ ఆ అమ్మాయి చెప్పింది.

"మా దేశంలో కొంతమంది పేరు కూడా అదే."

"అది ప్రవక్త కుమార్తె పేరు." ఫాతిమా అన్నది. "ఆక్రమణ దారులు ఆ పేరుని అన్ని చోట్లకు చేరవేశారు." ఆక్రమణదారులు అన్నప్పుడు ఆ అమ్మాయి అందమైన ముఖంలో గర్వరేఖ తొంగి చూసింది.

ఇంగ్లీష్ వ్యక్తి మరొకసారి ఆ కుర్రవాడిని వెనకనుంచి 'ఛో' అన్నాడు. ఆ కుర్రవాడు జబ్బులకు చికిత్స చేసే వ్యక్తిని గురించి ఆ అమ్మాయిని అడిగాడు.

"ఈ ప్రపంచంలోని రహస్యాలన్నీ ఆయనకి తెలుసు" ఆ అమ్మాయి అన్నది. "ఆయన ఈ ఎడారిలో జన్యువులతో మాట్లాడుతాడు."

జన్యువులు మంచికి, చెడుకి ఆత్మలు. ఆ వింత వ్యక్తి అక్కడ ఉంటాడు అన్నట్లు ఆ అమ్మాయి దక్షిణ దిక్కుగా వేలుచూపింది. ఆ తర్వాత తనకడవ నీటితో నింపుకొని వెళ్ళిపోయింది.

రసవాదిని కనుక్కొనే ప్రయత్నంలో ఇంగ్లీష్ వ్యక్తి కూడా మాయమయ్యాడు. ఆ బావి పక్కనే ఆ కుర్రవాడు చాలాసేపు కూర్చున్నాడు. ఆ అమ్మాయి దగ్గర పరిమళం తరీఫాలో ఒకనాడు ఆ లెవాన్టర్ తీసుకు వచ్చిన విషయం అతనికి మదిలో మెదిలింది. ఆ అమ్మాయి ఎక్కడ ఉన్నది అని తెలియకముందే అతను ఆమెను ప్రేమించాడు. ఆమెపట్ల తనకు ఉన్న ప్రేమ ప్రపంచంలోని అన్నినిధుల ను కనుక్కుండే శక్తినిస్తుందని అతనికి తెలిసింది.

ఆ మర్నాడు ఆ అమ్మాయి కనబడుతుందనే ఆశతో ఆ కుర్రవాడు మళ్లీ బావిదగ్గరికి వచ్చాడు. అక్కడ ఆశ్చర్యకరంగా, ఎడారిలోకి చూస్తూ ఇంగ్లీష్ వ్యక్తి దర్శనమిచ్చాడు.

"మధ్యాహ్నం నుంచి సాయంత్రందాకా కాచుకు కూర్చున్నాను." అతను అన్నాడు."చుక్కలు పొడిచిన తర్వాత దర్శనం ఇచ్చాడు. నేను దేనికోసం అన్వేషిస్తున్నానో ఆయనకు చెప్పాను. నేను ఎప్పుడైనా సీసాన్ని బంగారంగా మార్చానా అని ఆయన ప్రశ్నించాడు. అది నేర్చుకోవడానికే నేను ఇక్కడికి వచ్చాను అని ఆయనకు చెప్పాను.

"అందుకు నేను ప్రయత్నించాలి అని ఆయన అన్నాడు. అంతే. 'వెళ్లి ప్రయత్నించు.' అన్నారు ఆయన."

ఆ కుర్రవాడు ఏమీ మాట్లాడలేదు. పాపం ఆ ఇంగ్లీష్ వ్యక్తి ఎన్నోసార్లు ప్రయత్నించిందే మళ్లీ ప్రయత్నించాలని వినటానికి అతను అంతదూరం వచ్చినట్టుంది.

"అయితే ప్రయత్నించండి." అతను ఇంగ్లీష్ వ్యక్తితో అన్నాడు.

"నేను చేయబోయేది అదే. ఇప్పుడే మొదలుపెట్ట బోతున్నాను."

ఇంగ్లీష్ వ్యక్తి వెళ్ళగానే ఫాతిమా వచ్చి తనకడవ నీళ్లతో నింపింది.

"నీకు ఒక విషయం చెబుదామని ఇక్కడికి వచ్చాను." ఆ కుర్ర వాడు అన్నాడు. "నువ్వు నా భార్యవు కావాలని నాకోరిక. నేను నిన్ను ప్రేమిస్తున్నాను."

ఆ అమ్మాయి తనచేతిలో బిందె పడేసింది. నీళ్లు ఒలికి పోయాయి.

"ప్రతిరోజూ నేను ఇక్కడ నీకోసం కాచుకుని ఉంటాను. పిరమిడ్స్ దగ్గర ఎక్కడో ఉన్న నిధిని వెతుకుతూ నేను ఈ ఎడారి దాటాను. నాకు ఈ యుద్ధం ఒక శాపంలాగా ఎదురైంది. కానీ ఇప్పుడు అదే ఒక వరం అయింది. ఎందుకంటే నన్ను నీ దగ్గరికి చేర్చింది."

"ఆ యుద్ధం ఏదో ఒక నాడు ఆగిపోతుంది." ఆ అమ్మాయి అన్నది.

ఆ కుర్రవాడు చుట్టూఉన్న ఖర్జూరపుచెట్లు చూశాడు. ఒకనాడు తను ఒక గొర్రెలకాపరిని అని గుర్తుచేసుకున్నాడు. తను ఎప్పుడు కావాల నుకుంటే అప్పుడు మళ్ళీ గొర్రెలకాపరి రావచ్చు. తన నిధికంటే ఫాతిమా చాలాముఖ్యం.

"ఆదివాసులు ఎప్పుడూ నిధుల కోసమే వెతుకుతూ ఉంటారు." అతని ఆలోచనలను చదివేసినట్టు ఆ అమ్మాయి అన్నది. ఎడారిలో స్త్రీలకు వారి ఆదివాసి పురుషులు అంటే గర్వం."

ఆమె తన కడవ నింపుకొని వెళ్ళిపోయింది.

ఫాతిమాను కలుసుకోవడానికి ఆ కుర్రవాడు ప్రతిరోజు బావిదగ్గరికి వెళ్ళాడు. గొర్రెలకాపరిగా తన జీవితం, ఆ ముసలిరాజు, గాజుగ్లాసుల దుకాణం అన్నిటినీ గురించి అతను ఆమెకు చెప్పాడు. వాళ్లు ఇద్దరూ స్నేహితులయ్యారు. ఆమెతో గడిపిన 15 నిమిషాలు తప్పించి మిగతారోజు గడవటం అతనికి చాలా కష్టంగా ఉన్నది. వారు ఆ ఒయాసిస్ దగ్గరికి వచ్చి దాదాపు నెల రోజులు అయింది. ఒకనాడు ఆ బిడారం నాయకుడు తనతో ప్రయాణంచేస్తున్న వారి ని అందరిని పిలిచాడు.

"యుద్ధం ఎప్పుడు ముగుస్తుందో తెలియదు. కనక మనం మన ప్రయాణం సాగించలేము." అని చెప్పాడు అతను."ఈ యుద్ధాలు చాలాకాలం, బహుశా కొన్ని సంవత్సరాలు కూడా, జరగవచ్చు. రెండు వైపులా బలమైన సేనలు ఉన్నాయి. రెండు సేనలకు ఈ యుద్ధం చాలాముఖ్యం. ఇది మంచికి, చెడుకు మధ్య జరుగుతున్న యుద్ధం కాదు. అధికారంకోసం ప్రయత్నించుతున్నరెండు శక్తులమధ్య పోరాటం. అటువంటి యుద్ధం మిగిలిన యుద్ధాలకంటే చాలాకాలం నడుస్తుంది. కారణం అక్కడ అల్లా రెండు వైపులా ఉన్నాడు."

అందరూ ఎవరెవరి గుడారాలకు వారు వెళ్లిపోయారు. ఆ మధ్యాహ్నం ఆ కుర్రవాడు ఫాతిమాను కలుసుకోవడానికి వెళ్ళాడు. ఆమెకు ఆ ఉదయం సమావేశంలో జరిగిన విషయం చెప్పాడు. "మనం కలిసిన మరుసటి రోజు" ఫాతిమా అన్నది "నువ్వు నన్ను ప్రేమిస్తున్నానని చెప్పావు. ఆ తర్వాత నువ్వు విశ్వభాష గురించి, విశ్వాత్మను గురించి కొంత చెప్పావు. కనుక దానితో నేను నీలో ఒక భాగం అయిపోయాను."

ఆ కుర్రవాడు ఆమె స్వరంలో శబ్దం వింటున్నాడు. ఖర్జూరపు చెట్లలో గాలిసవ్వడికంటే ఆమె స్వరం శ్రావ్యంగా ఉన్నదని అనిపించింది అతనికి.

"ఈ ఒయాసిస్ దగ్గర నేను నీకోసం చాలాకాలంగా వేచి ఉన్నాను. నేను నాగతాన్ని గురించి, నా ఆచారాల గురించి, ఎడారిలో స్త్రీలు ఎలా ప్రవర్తించాలో ఆశించే పురుషులను గురించి నేను మర్చిపోయాను. నా బాల్యం నుంచి ఈ ఎడారి నాకు ఒక అద్భుతమైన కానుక తెచ్చి ఇస్తుందని కలగన్నాను. ఇప్పుడు కానుక వచ్చింది. ఆ కానుక నువ్వే."

ఆ కుర్రవాడు ఆమెచేయి అందుకోవాలని అనుకున్నాడు. కాని ఫాతిమా రెండు చేతులు ఆ కూజా రెండు చెవులు పట్టుకొని ఉన్నాయి.

"నువ్వు నీ కళలను గురించి, ఆ ముసలిరాజుల గురించి, మీ నిధిని గురించి నాకు చెప్పావు. శకునాలను గురించికూడా నాకు చెప్పావు. కనుక ఇప్పుడు నాకు భయం లేదు. ఎందుకంటే ఆ శకునాలే నిన్ను నాదగ్గరికి తీసుకు వచ్చాయి. నువ్వు అన్నట్లు నేను నీ కలలో ఒక భాగాన్ని, మీ అద ృష్టంలో కూడా ఒక భాగాన్ని.

"అందుకే నువ్వు నీ గమ్యం దిశగా కొనసాగాలని నాకోరిక. యుద్ధం ముగిసినదాకా ఆగదలుచుకుంటే ఆగు. అంతకుముందే వెళ్లాలని ఉంటే నీ కలలను వెంటాడుతూ వెళ్ళు. ఈ గాలివల్ల ఇసుక తిన్నెలు మారుతాయి కాని ఎడారి ఎన్నటికీ మారదు. మన పరస్పర ప్రేమ కూడా అంతే.

"మక్తూబ్" ఆమె అన్నది. "నిజంగానే నేను నీకలలో ఒకభాగం అయితే, ఏదో ఒకనాడు నువ్వు తప్పక తిరిగి వస్తావు."

ఆనాటికి తిరిగి వెడుతూ ఉంటే ఆ కుర్రవాడికి దిగులు వేసింది. తనకు తెలిసిన పెళ్లి అయిన గొర్రెల కాపర్లు అందరిని గురించి ఆలోచించాడు. వాళ్లు ఎప్పుడైనా దూర దేశాలకు వెళ్ళవలసి వస్తే, తమ భార్యలకు నచ్చచెప్పడానికి చాలా కష్ట పడేవారు. తాను ప్రేమించిన వారిచెంతనే ఉండాలని ప్రేమ కోరుతుంది.

తరువాత కలిసినప్పుడు అతను ఫాతిమాకు ఆ విషయం చెప్పాడు.

"ఈ ఎడారి మా మగవాళ్లను మా దగ్గ రి నుంచి తీసుకుపోతుంది. అందరూ తిరిగి వస్తారని నమ్మకం లేదు" ఆమె అన్నది. "మాకు ఆ విషయం తెలుసు. అందుకు మేము అలవాటు పడిపోయాము.

తిరిగిరాని వాళ్ళు మబ్బులలో కలిసిపోతారు. కనుమలలో దాగి ఉండే జంతువులలో, భూమిలోనుంచి వచ్చే నీటితో ఒక భాగం అయిపోతారు. వారు ప్రతిదానిలోనూ ఒకభాగం అయిపోతారు... వారు విశ్వాత్మ అయిపోతారు

"కనుక తిరిగిరా. అప్పుడు తమ పురుషులు కూడా ఏదో ఒకనాడు తిరిగి వస్తారనే ఆశతో ఇక్కడ ఇతర స్త్రీలు సంతోషపడతారు. నేను అటువంటి స్త్రీలను చూసి వారి ఆనందాన్ని చూసి అనసూయ పడేదానిని. నేను కూడా వేచిఉండే స్త్రీలలో ఒకదానిని అవుతాను.

"నేను ఎడారి స్త్రీని. ఆ విషయం నాకు గర్వకారణం. నా భర్త ఇసుకతిన్నెల రూపుమార్చే గాలి అంత స్వేచ్ఛగా తిరగాలి అని నాకోరిక. అవసరమైతే అతను ఈ మబ్బులలో, జంతువులలో, ఈ ఎడారి నీటిలో ఒక భాగం అయిపోయాడు అనే వాస్తవం అంగీకరించటానికి నేను సిద్ధంగా ఉన్నాను."

ఆ కుర్రవాడు వెళ్లి ఇంగ్లీష్ వ్యక్తి కోసం చూశాడు. ఆయనకు ఫాతిమాను గురించి చెప్పాలనుకున్నాడు. ఇంగ్లీష్ వ్యక్తి తనడేరా బయట ఒక కొలిమి తయారు చేసుకున్నాడు అని చూసి ఆశ్చర్యపోయాడు. ఆ కొలిమి వింతగా ఉన్నది. అది పొగకట్టెలతో మండుతున్నది. దానిమీద పారదర్శకం అయిన పాత్ర ఒకటి ఉన్నది. అతను కన్నార్పకుండా ఎడారిని చూస్తున్నాడు. పుస్తకాలు చదువుతున్నప్పటి కంటే అతనికళ్ళు ఇప్పుడే మిలమిల ఆడుతున్నాయి.

"కార్యక్రమంలో ఇది తొలిభాగం." ఆయన అన్నాడు."ఇందులోనుంచి గంధకం వేరుచేయాలి. అది సఫలంగా జరగాలి అంటే విఫలం అవుతాం అనే భయం ఉండకూడదు. నేను ఈ బృహత్కార్యానికి దూరంగా ఉండటానికి కారణం వైఫల్యం భయమే. పదేళ్ల కిందట మొదలుపెట్టి ఉండవలసింది నేను ఈనాడు మొదలు పెడుతున్నాను. ఇరవై సంవత్సరాలు వేచి ఉండలేదు అన్న సంతోషం ఒక్కటే మిగిలింది ఇప్పుడు."

ఆమంట అలాగే కొనసాగటానికి తగిన ఇంధనం వేస్తూనే వున్నాడు. ఆ కుర్రవాడు సూర్యుడు అస్తమించుతూ ఉండగా ఎడారిఅంతా ఎర్రబడే వరకు అక్కడే ఉన్నాడు. బయట ఎడారిలోకి వెళ్లాలనే ఒక తృష్ణ మొదలైంది. అక్కడ ఆ నిశ్శబ్దంలో తన ప్రశ్నలకు సమాధానం దొరుకుతుందేమోనని అతని ఆశ.

ఒయాసిస్ దగ్గర ఖర్జూరపుచెట్లు కనపడేటంత దూరంలో కొంతసేపు తిరిగాడు. గాలిసడి విన్నాడు. కాళ్లకింద రాళ్లు అనుభూతి చెందాడు అక్కడక్కడ

ఒకటీ అరా ఆల్చిప్పలు కనిపించాయి. ప్రాచీనకాలంలో ఎప్పుడో ఈ ఎడారికూడా ఒక సముద్రం అయి ఉండవచ్చు అని గ్రహించాడు. అతను ఒకరాయిమీద కూర్చున్నాడు. క్షితిజం వైపు చూస్తూ తన్మయం చెందటానికి ప్రయత్నించాడు. ప్రేమ అనే భావనను సొంత వస్తువు అనే భావననుంచి విడదీయటానికి ప్రయత్నించాడు. కానీ ఆ రెంటిని వేరుచేయలేకపోయాడు. కానీ ఫాతిమా ఈ ఎడారి స్త్రీ. తాను అర్థం చేసుకోవడానికి సాయం చేయకలిగింది ఎడారి ఒక్కటే.

అక్కడ కూర్చొని ఆలోచిస్తూ ఉంటే అతని తలపైన ఏదో కదలిక తెలిసింది. తల ఎత్తి పైకి చూస్తేరెండు డేగలు ఆకాశంలో ఎగురుతూ కనిపించాయి.

ఆ డేగలు ఎగురుతూ ఉంటే చూడసాగాడు. వాటి ఎగరటంలో ఒక పద్ధతి అంటూ ఏమీ లేకపోయినా, అతనికి అందులో ఏదో ఒక అర్థం గోచరించింది. అది ఏమిటో పూర్తిగా అతనికి గ్రహింపు కాలేదు. వాటి కదలికను అనుసరించుతూ అందులో అర్థం తెలుసుకోవటానికి ప్రయత్నించాడు. సొంతం కాని ప్రేమకు అర్థం ఏమిటో బహుశా ఈ ఎడారి పక్షులు చెప్పగలవేమో.

అతనికి నిద్ర వచ్చింది. అతని గుండె మేలుకొని ఉండాలని కోరుతున్నది. కానీ అతడికి నిద్ర వస్తున్నది. "నాకు ఇప్పుడే విశ్వభాష తెలుస్తున్నది. ఈ ప్రపంచంలో ప్రతి ఒక్కదానికి ఒక అర్థం ఉన్నది... ఈ డేగలు ఎగరటానికి కూడా." అని అని తనకుతనే చెప్పుకున్నాడు. ఆ మూడ్‌లో అతను తనుప్రేమలో పడినందుకు కృతజ్ఞుడు అయినాడు. ప్రేమలో పడితే ప్రతిదానికీ ఒక అర్థం కనబడుతుందని అతని ఆలోచన.

హఠాత్తుగా ఆ రెండు డేగలలో ఒకటి రెండవదాన్ని దాడిచేస్తూ క్షణకాలంలో దూసుకుపోయింది. అది అలా చేస్తూఉంటే ఆ కుర్రవాడి కళ్ళముందర ఒక దృశ్యం హఠాత్తుగా మెరిసింది. కత్తులుదూసి సిద్ధంగా ఉన్న ఒకసేన ఒయాసిస్ దిశగా సవారిచేస్తూ వస్తున్నది. ఆ దృశ్యం మరుక్షణంలో మాయమైంది. కానీ అది ఆ కుర్రవాడిని కదిలించివేసింది. జనం ఎండమావులని గురించి మాట్లాడుతుంటే అతను విన్నాడు. తను స్వయంగా కూడా కొన్ని చూశాడు. అవి కోరికలు. వాటి తీక్షణతనుబట్టి అవి ఎడారి తిన్నెలమీద కనిపిస్తాయి. కానీ ఆ ఒయాసిస్ మీదికి ఎవరూ దండెత్తి రావటం అతనికి సుతరామూ ఇష్టం లేదు.

ఆ దృశ్యం మర్చిపోయి తనధ్యానంలోకి తిరిగి వెళ్లాలని అతని కోరిక. అతను లేతఎర్ర రంగుల ఎడారి మీద, దాని రాళ్లమీద మనసు లగ్నంచేయటానికి ప్రయత్నించాడు. కానీ ఆ ఏకాగ్రత కుదర నీయకుండా అతని గుండెలో ఏదో అడ్డుపడుతోంది.

"సర్వదా శకునాలను అనుసరించు." ముసలిరాజు చెప్పారు. ఆ కుర్రవాడికి తను చూసిన ద ృశ్యం గుర్తుకు వచ్చింది. అది నిజంగా జరగబోతున్నదని అతనికి అనిపించింది.

అతను లేచి ఈతచెట్ల వైపు నడిచాడు. తనలో మెదులుతున్న అనేక భాషలు గమనించాడు: ప్రస్తుతం ఈ ఎడారి సురక్షితమైన ప్రదేశమే. ఒయాసిస్ మాత్రమే ప్రమాదకరమైన స్థలం.

ఒంటె మావటి ఒక ఈతచెట్టు మొదట కూర్చొని సూర్యాస్తమయం చూస్తున్నాడు. ఇసుక తిన్నెల అవతలివైపునుంచి ఆకుర్రవాడు రావటం అతను గమనించాడు.

"ఒక సైన్యం వస్తున్నది." ఆ కుర్రవాడు అన్నాడు. "నాకు దర్శనం అయింది."

"ఈ ఎడారి అందరి గుండెల్లోనూ దర్శనాలు నింపుతుంది." అన్నాడు ఒంటెమావటి.

ఆ కుర్రవాడు అతనికి డేగనుగురించి చెప్పాడు: అవి ఎగురుతూఉండగా తను చూస్తూఉంటే ఉన్నట్టు ఉండి తను విశ్వాత్మలో మునిగిపోయిన అనుభూతి కలిగింది.

ఆ కుర్రవాడు చెప్పేది ఆ మావటికీ అర్థం అయింది. ఈ భూమిమీద ఏదైనా సరే మిగిలినవాటి చరిత్ర చెప్పగలదు అని అతనికి తెలుసు. ఒక పుస్తకం ఏ పేజీదగ్గరైనా తెరవవచ్చు, ఒక మనిషి చేతివైపు ఒక చూపు, ఒక కార్డు తిప్ప వచ్చు, లేదా పక్షులు ఉంటే గమనించవచ్చు... ఏది గమనించినా సరే, వాస్తవంలో తన అనుభవానికి ముడి పెట్టవచ్చు. నిజానికి ఆ వస్తువులు, సంఘటనలు తమంతట తాము ఏమీ చెప్పటం లేదు. చుట్టూ జరిగే సంఘటనలు చూసి మనుషులే విశ్వాత్మలో ప్రవేశించి చూస్తున్నారు.

ఈ విశ్వాత్మలో ప్రవేశించటంలో తమ సామర్థ్యాన్ని బట్టి జీవనం వెళ్లదీసేవారు ఎడారిలో చాలామంది ఉన్నారు. వాళ్లని యోగులు అంటారు. ఇక్కడ అ స్త్రీలకు, వృద్ధులకు వారిని చూస్తే భయం. ఇక్కడ కొండజాతి వారు

కూడా వారిని సంప్రదించడానికి జంకుతారు. ఎందుకంటే తను చనిపోతాడు అని తెలిస్తే యుద్ధంలో ప్రతిభావంతంగా పోరాడటం అసాధ్యం అవుతుంది.

కొండజాతి పురుషులకు యుద్ధం అంటే రుచి. ఏమి జరగబోతుందో తెలియదు కనుక అది ఒక అద్భుతమైన పులకరింత. భవిష్యత్తులో ఏమి జరగబోతుందో అల్లా రాసి ఉంచాడు. ఆయన రాసింది అంతా మానవుడి మేలుకోసమే. కనుక కొండజాతివారు కేవలం వర్తమానం కోసం జీవించారు. ఎందుకంటే వర్తమానం ఆశ్చర్యాల అద్భుత ఆలయం. వారు చాలావిషయాల ను గురించి మెలకువగా ఉండాలి. శత్రువు కత్తి ఎక్కడ ఉన్నది? అతని గుర్రం ఎక్కడ ఉన్నది? సజీవంగా ఉండాలి అంటే తర్వాతి దెబ్బ తను ఎలా వేయాలి? ఒంటెమావటి యోధుడు కాదు. అతను యోగులను సంప్రదించుతాడు. వారిలో చాలామంది చెప్పింది జరిగింది. కొందరే తప్పు చెప్పారు. ఈనాడు ఆ యోగులలో అందరికంటే వృద్ధుడు (ఆయన అంటే అందరికీ భయం) ఈ ఒంటె మావటిని అతనికి భవిష్యత్తు గురించి అంత ఆసక్తి ఎందుకు అని అడిగారు.

"నేను తలచినది సాధించటానికి." అతను సమాధానం చెప్పాడు. "నాకు ఇష్టం లేని విషయాలను మార్చటానికి ప్రయత్నం చేయవచ్చు."

"అప్పుడు అవి నీ భవిష్యత్తు కాదు కదా?" యోగి అన్నారు

"భవిష్యత్తులో జరగబోయే దానికి నేను సిద్ధంగా ఉండటానికి."

"శుభం జరిగితే, అది ఆనందకరమైన ఆశ్చర్యం." ఆ యోగి అన్నారు. "అదే అశుభం అయితే, అది నీకు ముందరనే తెలిస్తే, అవి జరగకమునుపే నువ్వు చాలా బాధపడతావు."

"నేను మగవాడిని కనుక భవిష్యత్తును గురించి తెలుసు కోవాల నుకుంటున్నాను." ఒంటెమావటి ఉద్యోగితో అన్నాడు. "మగవారు ఎప్పుడూ భవిష్యత్తు మీద ఆధారపడే జీవిస్తారు."

ఆ యోగి రెమ్మలు విసరడంలో నిపుణుడు. వాటిని నేలమీద విసిరి అవిపడిన విధానం గమనించి ఆయన భవిష్యత్ వాణి చెప్పేవారు. ఈనాడు ఆయన రెమ్మలు విసరలేదు. వాటిని ఒక గుడ్డలోచుట్టి తన సంచిలో పెట్టుకున్నారు.

"జనానికి భవిష్యత్తును గురించి చెప్పి నేను నాజీవనం కొనసాగిస్తాను." ఆయన చెప్పారు. నాకు ఈ రెమ్మల శాస్త్రం తెలుసు. వాటి సహాయంతో అంతా రాసిఉన్న చోటికి ఎలాచేరాలో నాకు తెలుసు. అక్కడ నేను గతాన్ని గురించి

చదవగలను. అందులో ఏది మర్చిపోయానో తెలుసుకోగలను. ప్రస్తుతం ఇక్కడ కనిపించే శకునాలను అర్థం చేసుకోగలను.

"జనం నన్ను సంప్రదించినప్పుడు నేను భవిష్యత్తును గురించి చూడలేదు. భవిష్యత్తు గురించి కేవలం ఊహించుకున్నాను. భవిష్యత్తు భగవంతుడి చేతిలో ఉన్నది. ఈ అసాధారణ పరిస్థితులలో ఆయన ఒక్కడే దానిని గురించి చూపగలడు. భవిష్యత్తును గురించి నేను ఎలా ఊహించగలను? ప్రస్తుతం ఎదురవుతున్న శకునాలను బట్టి. రహస్యం అంతా వర్తమానంలోనే ఉన్నది. వర్తమానం మీదికి మీ ధ్యాస మళ్ళించితే దానిని మీరు మెరుగుపరచవచ్చు. వర్తమానాన్ని మెరుగుపరచ గలిగితే ఆ తర్వాత రాబోయేది కూడా మెరుగ్గానే ఉంటుంది. కనుక భవిష్యత్తును గురించి మర్చిపోండి. ప్రతిరోజు ఉపదేశాలు అనుసరించి, భగవంతుడు తన బిడ్డలను ప్రేమిస్తాడు అనే నమ్మకంతో, జీవించండి.

ప్రతి ఒక్కరోజు తనతోపాటు ఆ అనంతాన్ని తీసుకు వస్తుంది.

"ఎటువంటి పరిస్థితులలో భగవంతుడు ఆయనను భవిష్యత్తులోకి చూడటానికి అనుమతిస్తాడు?" అని ఒంటెమావటి అడిగాడు.

"ఆయన తలుచుకున్నపుడు మాత్రమే. భగవంతుడు భవిష్యత్తును అతి అరుదుగా చూపుతాడు. అలా జరిగితే దానికి ఒకే ఒక కారణం: ఆ భవిష్యత్తు మారాలి అని రాసిపెట్టి ఉన్నది."

దేవుడు కుర్రవాడికి భవిష్యత్తులో కొంత భాగం చూపించాడు అని ఒంటె మావటి ఆలోచన. ఆ కుర్రవాడు తన సాధనం కావాలి అని తను ఎందుకు అనుకున్నాడు?

"వెళ్లి ఆ కొండజాతి నాయకులతో మాట్లాడు." ఒంటెమావటి అన్నాడు. "వస్తున్న సైనికుల గురించి వారికి చెప్పు."

"వాళ్లు నన్ను చూసి నవ్వుతారు."

"వాళ్లు ఎడారి మనుషులు. ఎడారి మనుషులకు శకునాలతో వ్యవహరించటం బాగాతెలుసు.."

"మరయితే వారికి ఈ విషయం ఇప్పటికే తెలిసి ఉంటుంది."

"ప్రస్తుతం వారికి దానితో పనిలేదు. వారికి ఏదైనా తెలియాలని ఉంటే ఎవరోఒకరు వచ్చి చెబుతారు అని వారినమ్మకం. ఇంతకు పూర్వం చాలాసార్లు ఇలా జరిగింది. ఈసారి ఆమనిషివి నువ్వే."

ఆ కుర్రవాడు ఫాతిమాను గురించి ఆలోచించాడు. కొండజాతి నాయకులను కలుసుకోవాలని నిశ్చయించుకున్నాడు.

* * *

ఒయాసిస్ మధ్యలో ఒక పెద్ద తెల్లనిడేరా ఉన్నది. ఆ కుర్రవాడు డేరాఎదుట ఉన్న కాపలాదారును సమీపించాడు.

"నేను సర్దార్ లను చూడాలి. నేను ఎడారినుంచి శకునాలు తీసుకు వచ్చాను."

ఆ కాపలాదారు ఏమీ సమాధానం చెప్పకుండా డేరాలోపలికి వెళ్ళాడు. కొంతసేపటి తరువాత అతను ఒక అరబ్ యువకుడితో బయటికి వచ్చాడు. ఆ అరబ్ యువకుడు బంగారం నగిషీలతో ఉన్న తెల్లని దుస్తులు ధరించి ఉన్నాడు. ఆ కుర్రవాడు తను చూసింది ఆ యువకుడికి చెప్పాడు. ఆ యువకుడు కుర్రవాడిని అక్కడే ఉండమని చెప్పి డేరాలోకి మాయమయ్యాడు.

చీకటి పడింది. వ్యాపారులు, సైనికుల బ ృందాలు డేరాలోకి వస్తూపోతూ ఉన్నాయి. ఒకదాని తర్వాత ఒకటి చలిమంటలు ఆరిపోయాయి. ఒయాసిస్ లో కూడా ఎడారిలో లాగానే నిశ్శబ్దం ఆవరించింది. దీపాలు ఆ పెద్దగుడారంలో మాత్రమే వెలుగుతున్నాయి. అంతసేపు అతను ఫాతిమాను గురించే ఆలోచిస్తున్నాడు. ఆమెతో జరిపిన చివరి సంభాషణ అతనికి ఇంకా అర్థంకాలేదు.

గంటలకొద్దీ నిరీక్షించిన తర్వాత ఆ కాపలాదారు కుర్రవాడిని లోపలికి వెళ్ళు అన్నాడు. లోపల ప్రవేశించి చూసి ఆ కుర్రవాడు ఆశ్చర్యంతో అవాక్కయ్యాడు. ఎడారి మధ్యలో ఇటువంటి గుడారం ఉంటుందని అతను ఊహించలేకపోయాడు. నేలమీద అతి అందమైన తివాచీలు పరిచి ఉన్నాయి. పైనించి బంగారంతో చేసిన దీపాలు వేలాడుతున్నాయి. అందులో ఒక్కొక్క దానిలో కొవ్వొత్తి వెలుగుతున్నది. కొండజాతి నాయకులు డేరా వెనక అర్ధ చంద్రాకారంగా అందంగా ఎంబ్రాయిడరీ చేసిన సిల్క్ మెత్తలమీద కూర్చొని ఉన్నారు. సుగంధ ద్రవ్యాలు, టీ తో నిండిన వెండి ట్రేలతో నౌకర్లు వస్తూపోతూ ఉన్నారు. మిగిలిన నౌకర్లు హుక్కాలలో నిప్పు ఆరకుండా చూస్తున్నారు. అక్కడి వాతావరణం అంతా సువాసనతో కూడిన పొగతో నిండి ఉన్నది.

అక్కడ ఎనిమిదిమంది నాయకులు ఉన్నారు. కానీ వారిలో ముఖ్యమైనవ్యక్తి ఎవరో ఆ కుర్రవాడు వెంటనే గమనించాడు. ఆయన తెలుపు, బంగారు రంగు దుస్తులలో వృత్తంమధ్య కూర్చుని ఉన్నాడు. ఆయన పక్కనే ఆ కుర్రవాడితో అంతక్రితం మాట్లాడిన అరబ్ యువకుడు ఉన్నాడు.

"ఇక్కడ శకునాలను గురించి మాట్లాడుతున్న కొత్తమనిషి ఎవరు?" ఆ కుర్రవాడిని చూస్తూ నాయకులలో ఒకరు అడిగారు.

"నేనే" కుర్రవాడి సమాధానం. అతను తనుచూసింది చెప్పాడు.

"తరతరాలుగా మేము ఇక్కడే ఉన్నాము. మరి ఈ ఎడారి ఒక కొత్తవ్యక్తికి ఆ విషయాలు ఎలా తెలియజేసింది?" మరొక నాయకుడు ప్రశ్నించాడు.

"ఎందుకంటే నాకళ్ళు ఇంకా ఈ ఎడారికి అలవాటు పడలేదు." అన్నాడు కుర్రవాడు."ఈ ఎడారికి అలవాటుపడిన కళ్ళు చూడలేని విషయాలు నేను చూడగలను."

అంతేకాక, నాకు ఈ విశ్వాత్మను గురించి తెలుసు అని అతని అంతరంగ ఆలోచన.

"ఒయాసిస్ ఒక తటస్థ ప్రదేశం. ఒయాసిస్ మీదికి ఎవరూ దండెత్తి రారు." మూడవ నాయకుడు అన్నాడు.

"నేను చూసిందిమాత్రమే నేను చెప్పగలను. నమ్మటం, నమ్మకపోవటం మీ ఇష్టం."

అక్కడ ఉన్న వారంతా తీవ్రమైన చర్చలోకి దిగారు. ఆ కుర్రవాడికి అర్థంకాని అరబిక్ భాషలో మాట్లాడుతున్నారు. ఆ కుర్రవాడు బయటికి వెళ్లబోతుంటే కాపలాదారు అతనిని ఆగుమన్నాడు. ఆ కుర్రవాడికి భయమేసింది. శకునాలు పరిస్థితి బాగాలేదని చెబుతున్నాయి. తను చూసింది ఆ ఒంటె మావటితో చెప్పటం పొరపాటు అయిపోయిందని అతను విచారించాడు.

ఉన్నట్టు ఉండి ఆ మధ్యలోఉన్న వ్యక్తి కనపడీ కనపడకుండా చిన్నచిరునవ్వు నవ్వాడు. కుర్రవాడికి కొంచెం ఊరట కలిగింది. ఆ పెద్దాయన చర్చలో పాల్గొనలేదు. అప్పటిదాకా ఒక్కమాటకూడా మాట్లాడలేదు. కానీ ఆ కుర్రవాడు విశ్వభాషకు అలవాటు పడిపోయాడు. ఇప్పుడు ఆ గుడారంలో శాంతి స్పందనలు అతని అనుభూతిలోకి వస్తున్నాయి. తను లోపలికి రావటం మంచికే అయిందని అతనికి ఇప్పుడు అనిపించుచున్నది.

చర్చ ముగిసింది. ముసలాయన చెబుతున్నది మిగిలిన నాయకులు అందరూ మౌనంగా వింటూ ఉన్నారు. వారు ఆ కుర్రాడివైపు తిరిగారు. ఇప్పుడు ఆ కుర్రవాడు ఏమీ పట్టనట్టు ఎటో చూస్తున్నాడు.

"2000 సంవత్సరాల క్రితం ఎక్కడో ఒక దూరదేశంలో కలలు నమ్మిన ఒకవ్యక్తిని చీకటి గదిలోకి తోసి, ఆ తర్వాత బానిసగా అమ్మివేశారు." ఆ ముసలాయన ఇప్పుడు ఆ కుర్రవాడికి అర్థమయ్యే భాషలో చెబుతున్నాడు. "మా వ్యాపారులు ఆ వ్యక్తినికొని ఈజిప్టు తీసుకువచ్చారు. కలలు నమ్మేవారు వాటికి అర్థం కూడా చెప్పగలరు అని మాకు తెలుసు."

ముసలాయన చెప్పడం కొనసాగించాడు. "బక్క చిక్కిన ఆవులు, బలిసి ఉన్న ఆవులను గురించి ఫారో కల కన్నప్పుడు, నేను చెబుతున్న ఈ వ్యక్తి ఈజిప్ట్‌ను కరువుకాటకాల నుంచి రక్షించాడు. అతని పేరు జోసెఫ్. నీలాగానే అతను కూడా ఒక అపరిచిత దేశంలో ఒక అపరిచిత వ్యక్తి. అతనికి కూడా సుమారు నీ వయసే ఉంటుంది."

ఆయన ఆగాడు. ఆయన కళ్లలో మైత్రీభావం ఇంకా పొడచూపలేదు.

"మేము సాంప్రదాయాన్ని సదా పాటిస్తాము. మా సంప్రదాయం ఆనాడు ఈజిప్టును కరువులో నుంచి కాపాడింది. ఈజిప్ట్ ప్రజలను అందరికంటే సంపన్నులుగా చేసింది. సాంప్రదాయం ఎడారి ఎలాదాటాలో, వారి పిల్లలు ఎలా పెళ్లి చేసుకోవాలో, పురుషులకు బోధిస్తుంది. సాంప్రదాయం ప్రకారం ఒయాసిస్ ఒక తటస్థ ప్రాంతం. ఎందుకంటే ఇరుపక్షాలకు ఒయాసిస్‌లు ఉంటాయి. కనుక ఇరుపక్షాలు ప్రమాదానికి గురి అయినవే." ఆ పెద్దాయన మాట్లాడుతూ ఉంటే ఎవరు నోరు మెదపలేదు.

"ఎడారి సందేశాలు నమ్మాలి అని కూడా సాంప్రదాయం చెబుతుంది. మాకు తెలిసింది అంతా ఎడారి మాకు బోధించింది."

పెద్దాయన సంకేతంతో అందరూ లేచినుంచున్నారు. సమావేశం ముగిసింది. హుక్కాలు ఆర్పి వేశారు. రక్షకభటులు అందరూ సావధానంగా నుంచున్నారు. ఆ కుర్రవాడు నిష్క్రమించబోతూ వుండగా ఆ పెద్దాయన మళ్లీ మాట్లాడాడు.

"ఒయాసిస్ దగ్గర ఎవరూ ఆయుధాలు కలిగి ఉండకూడదు అని ఒప్పందం. రేపు మనం ఆ ఒప్పందాన్ని ఉల్లంఘించబోతున్నాం. రోజంతా శత్రువులు ఎదురవుతారేమో అని కనిపెట్టి ఉంటాం. సూర్యుడు అస్తమించగానే

అందరూ ఆయుధాలు తిరిగి నాకు ఇస్తారు. చనిపోయిన మా శత్రువులు ప్రతి పదిమందికి బదులుగా నీకు ఒక బంగారునాణెం ముట్టుతుంది."

"యుద్ధం జరిగితేతప్ప ఆయుధాలు ఉపయోగించడానికి వీలులేదు. ఆయుధాలు కూడా ఎడారివలెనె చపలచిత్తాలు.వాటిని ఉపయోగించకపోతే, ఆ తర్వాత అవి పనిచేయకపోవచ్చు.రేపు సాయంత్రంలోగా ఒక్క ఆయుధం అయినా ప్రయోగించబడకపోతే, ఒకటి నీమీద ప్రయోగించ పడుతుంది."

ఆ కుర్రవాడు డేరాలోనించి బయటికి వచ్చినప్పుడు ఒయాసిస్ అంతా పున్నమి వెన్నెలలో వెలిగిపోతున్నది. అక్కడినుంచి అతని గుడారానికి వెళ్ళటానికి ఇరవై నిమిషాలు పడుతుంది. అతను నడక సాగించాడు.

జరిగినది తలుచుకుంటే అతనికి భయం వేసింది. అతను విశ్వాత్మలో ప్రవేశించటంలో కృతకృత్యుడు అయినాడు. ఇప్పుడు అందుకు తన ప్రాణమే పణం కావచ్చు. అది భయంకరమైన పందెం. కానీ తన అదృష్టం వెతుక్కోవడానికి తన గొర్రెలను అమ్మిననాటినుంచి అతను ప్రమాదకరమైన పందాలు కట్టుతూనే ఉన్నాడు. ఆ ఒంటెమావటి చెప్పినట్లు చావటం అంటే రేపైనా ఒకటే మరి ఏరోజైనా ఒకటే. ప్రతిరోజు ఉన్నది బ్రతకటానికి లేదా ఈ ప్రపంచంనుంచి నిష్క్రమించటానికి. అంతా ఒకే ఒకమాటమీద ఆధారపడి ఉంది: 'మక్తూబ్.'

మౌనంగా నడుస్తున్న అతని మనసులో చింత ఏమీలేదు. తను రేపు చనిపోయినాడు అంటే దేవుడు భవిష్యత్తును మార్చ దలుచుకోలేదు అన్నమాట. తను జలసంధి దాటిన తర్వాత, క్రిస్టల్ షాప్ లో పని చేసిన తర్వాత, ఎడారిలో నిశ్శబ్దం తెలుసుకున్న తర్వాత, ఫాతిమా కళ్ళలోకి చూసిన తర్వాత మాత్రమే చనిపోతాడు. చాలాకాలం క్రితం ఇల్లు విడిచిన తర్వాత, తను ప్రతి ఒక్కరోజు ఉధృతంగా జీవించాడు. ఒకవేళ తను రేపు చనిపోయినా, ఇతర గొర్రెలకాపరుల కంటే తను చాలాఎక్కువ చూసి ఉన్నాడు. అందుకు తను గర్వపడుతున్నాడు.

హఠాత్తుగా అతనికి ఉరుములు పిడుగులవంటి శబ్దం వినిపించింది. అతను అంతకుమునుపు ఎరుగని గాలివాటంతో కింద పడ్డాడు. అక్కడ చెల రేగిన దుమారం చంద్రుడిని కప్పివేసింది. అతని ఎదురుగా ఒక పెద్ద తెల్ల గుర్రం ఉన్నది. అది ముందుకాళ్ళు ఎత్తి భయంకరంగా సకిలించుతున్నది.

కళ్ళు బైర్లుకమ్మే ఆ దుమారం కొంచెం తగ్గిన తర్వాత తనఎదుట కనబడిన దానిని చూసి ఆ కుర్రవాడు గజగజలాడిపోయాడు. ఆ గుర్రంమీద

నల్ల దుస్తులు ధరించిన ఒక రౌతు ఉన్నాడు. అతని ఎడమ భుజం మీద ఒక డేగ నిల్చున్నది. అతను తలపాగా కట్టుకున్నాడు. ఒక కళ్ళు తప్ప అతని ముఖం అంతా నల్లని చేతిగుడ్డతో కట్టి ఉన్నది. అతను ఎడారి వార్తాహరుడిలాగా కనిపించాడు. కానీ అతని రూపం సాధారణమైన వార్తాహరుడి రూపంకంటే చాలా ప్రబలంగా ఉన్నది.

ఆ వింత ఆశ్వికుడు జీనుకు కట్టిఉన్న వరలోనుంచి ఒక పెద్ద ఖడ్గం బయటికి తీశాడు. వెన్నెలలో ఖడ్గం అంచు మిలమిలలాడింది.

"డేగల ఎగరటంలో అర్థం తెలుసుకోవటానికి ధైర్యం చేసింది ఎవరు?" అతను గర్జించాడు. అతని గర్జన ఆల్ ఫయూంలో ఉన్న 50వేల ఖర్జూరపుచెట్లలో ప్రతిధ్వనించింది.

"నేనే." ఆ కుర్రవాడు అన్నాడు. తెల్ల గుర్రంఎక్కిఉన్న శాంటియాగో మతమోరోస్ చిత్రం మనసులో మెదిలింది. ఆ గుర్రం కాళ్ళకింద ద్రోహులు ఉన్నారు. ఈ మనిషి అచ్చు అలాగే ఉన్నాడు కాకపోతే పాత్రలు తారుమారు అయ్యాయి.

"అందుకు ధైర్యం చేసింది నేనే." అతను మళ్లీ అన్నాడు. ఆ కత్తివేటు తినటానికి తలవంచాడు."నేను ఆ విశ్వాత్మలోకి చూడగలిగాను కనుక చాలాప్రాణాలు దక్కుతాయి."

కత్తివేటు పడలేదు. ఆ అగంతకుడు ఆ ఖడ్గాన్ని నిదానంగా ఆ కుర్రవాడి నుదురు తాకినదాకా కిందికి దించాడు. అప్పుడు ఒక నెత్తురుబొట్టు బయటికి వచ్చింది.

ఆశ్వికుడు ఆ కుర్రవాడిలాగానే నిశ్చలంగా ఉన్నాడు. ఆ కుర్రవాడికి అక్కడినుంచి వారి పోవాలి అని అనిపించలేదు. అతని గుండెలో ఒక వింతఆనందం కలిగింది. తన అదృష్టం వెంటాడటంలో అతను మరణించ బోతున్నాడు. ఫాతిమా కోసం కూడా. ఏది ఏమైనా ఆ శకునాలు నిజం అయ్యాయి. తన శత్రువుతో ఇప్పుడు తను ముఖాముఖి అయినాడు. అయితే చావును గురించి దిగులుపడవలసిన అవసరం లేదు. విశ్వాత్మ తనకోసం కాచుకొని ఉన్నది. త్వరలోనే తను అందులో ఒక భాగం అయిపోతాడు. రేపు తనశత్రువు కూడా అందులో ఒకభాగం అవుతాడు.

ఆ ఆగంతకుడు కత్తిని ఆ కుర్రవాడి నుదిటిమీద అలాగే ఉంచాడు. "ఆ డేగల గమనంలో అర్థం ఎందుకు వెతికావు?"

"ఆ పక్షులు చెప్పినదే నేను అర్థం చేసుకున్నాను. అవి ఈ ఒయాసిస్‌ను రక్షించాలని అనుకున్నాయి. రేపు మీరందరూ చచ్చిపోతారు. మీ అందరికంటే ఇక్కడ ఒయాసిస్ లో చాలా ఎక్కువ మంది మనుషులు ఉన్నారు."

కత్తి ఉన్నచోటనే ఉన్నది. "దేవుడి సంకల్పాన్ని మార్చడానికి నువ్వెవరివి?"

"సైన్యాలను సృష్టించింది అల్లానే. ఆయనే డేగలనుకూడా సృష్టించాడు. అల్లా నాకు పక్షులభాష నేర్పించాడు. ఇది అంతా రాసింది ఒకేచెయ్యి." అన్నాడు ఆ కుర్రాడు ఒంటెమావటి మాటలు గుర్తు చేసుకుంటూ.

ఆ ఆగంతకుడు కుర్రవాడి నుదుటినుంచి కత్తి తీసి వేశాడు. కుర్రవాడికి ఎంతో ఊరట కలిగింది. కానీ అతను పారిపోలేదు.

"నీ జ్యోతిషంతో జాగ్రత్త." ఆగంతకుడు అన్నాడు." విధి లిఖితాన్ని మార్చటం అసంభవం."

"నేను కేవలం ఒక సైన్యాన్ని మాత్రమే చూశాను." ఆ కుర్రవాడు అన్నాడు. "పోరాటం ఫలితం ఏమవుతుందో నేను చూడలేదు."

ఆ సమాధానంతో ఆగంతకుడు తృప్తి పడినట్లు కనిపించాడు. కానీ అతని కత్తి ఇంకా చేతిలోనే ఉన్నది. "ఈ వింత ప్రదేశంలో కొత్త మనిషివి నీకు ఏం పని?"

"నేను నా అదృష్టం వెతుకుతూ బయలుదేరాను. బహుశా అది మీకు అర్థం కాకపోవచ్చు."

ఆగంతకుడు తనఖడ్గాన్ని వరలో దించాడు. కుర్రవాడు తేలికగా ఊపిరి పీల్చుకున్నాడు.

"నీ ధైర్యం పరీక్షించాలని అనుకున్నాను." ఆ ఆగంతకుడు అన్నాడు. "ఈ ప్రపంచం భాష అర్థం చేసుకోవాలి అంటే ధైర్యం అత్యవసరమైన లక్షణం."

కుర్రవాడు ఆశ్చర్యపోయాడు. ఆగంతకుడు మాట్లాడుతున్న విషయాలు చాలా కొద్ది మందికి మాత్రమే తెలుసు.

"నువ్వు ఎప్పుడూ, ఎంత దూరం వచ్చాక కూడా, పట్టు వదలకు." అతను చెప్పటం కొనసాగించాడు. "నువ్వు ఎడారిని ప్రేమించు. కానీ ఎన్నడూ దానిని పూర్తిగా నమ్మకు. ఎడారి అందరినీ పరీక్షించుతుంది. ప్రతి అడుగునా సవాలు చేస్తుంది. దారితప్పిన వారిని చంపేస్తుంది."

అతను చెప్పింది వింటూ ఉంటే కుర్రవాడికి ముసలిరాజు గుర్తు వచ్చాడు.

"శత్రువులు ఇక్కడికి వస్తే, ఈ సాయంత్రానికి నీతల ఇంకా నీ భుజాల మీదనే ఉంటే, వచ్చి నన్నుకలుసుకో." అన్నాడు ఆగంతకుడు.

ఇంతకు మునుపు కత్తి ఝుళిపించిన ఆ చేతిలో ఇప్పుడు కొరడా ఉన్నది. ఒక చిన్నదుమారం రేపుతూ గుర్రం కాళ్ళుపైకెత్తి సకిలించింది.

"మీరు ఎక్కడ ఉంటారు?" ఆ గుర్రం దౌడుతీస్తూ ఉండగా ఆ కుర్రవాడు వెనకనుంచి అరిచాడు.

కొరడా ఉన్న చెయ్యి దక్షిణ దిక్కుగా చూపించింది.

కుర్రవాడు రసవాదిని కలుసుకున్నాడు.

* * *

మర్నాడు ఉదయం ఆల్ ఫయూం ఖర్జూరపు చెట్లకింద రెండువేల మంది సాయుధులు సిద్ధమయ్యారు. మధ్యాహ్నం అయ్యేలోపు క్షితిజంలో అయిదువందలమంది కొండజాతి మనుషులు కనిపించారు. గుర్రాలమీద కూర్చున్న వారందరూ ఉత్తర దిక్కు నుంచి ఒయాసిస్ ప్రవేశించారు. అది శాంతియుతమైన ప్రయాణంగా కనిపించింది. కానివారంతా వారి దుస్తులలో ఆయుధాలు దాచి ఉంచారు. ఆల్ ఫయూం మధ్యలో తెల్లని గుడారం దగ్గరికి చేరగానే వారు వారి కత్తులు, రివాల్వర్లు బయటికి తీశారు. ఖాళీగా ఉన్న గుడారంమీద దాడి చేశారు.

ఒయాసిస్ మనుషులు ఈ అశ్వబలాన్ని అరగంటలో చుట్టి వేశారు. ఒక్కరు తప్ప హద్దుమీరిన వారు అందరూ చనిపోయారు. చిన్నపిల్లలు అందరినీ ఖర్జూరపుతోపు అటువైపు ఉంచారు. కనుక ఇక్కడ జరిగింది వారు చూడలేదు. స్త్రీలందరూ తమ గుడారాలలో కదలకుండా ఉన్నారు. వారంతా తమ భర్తల భద్రత కోసం ప్రార్థించుతున్నారు. వారుకూడా జరిగిన ఈ పోరాటాన్ని చూడలేరు. నేలమీద ఉన్న శరీరాలు చూస్తే తప్ప అక్కడ అంతా మామూలుగానే ఉన్నట్లు కనిపిస్తుంది.

సైన్యం నాయకుదిని ఒక్కడినే ప్రాణాలతో వదిలారు. ఆ మధ్యాహ్నం అతనిని నాయకుల ఎదుట తీసుకువచ్చారు. అతను సాంప్రదాయాన్ని ఎందుకు

ఉల్లంఘించాడు అని ప్రశ్నించారు. తమ సైనికులు అందరూ ఆకలిదప్పులతో బాధపడుతున్నారని చాలారోజుల యుద్ధం వల్ల నీరసించి పోయారని, యుద్ధానికి తిరిగి వెళ్లడానికి ఈ ఒయాసిస్ మీద దాడిచేయాలని నిశ్చయించుకున్నామని ఆ సేనాపతి చెప్పాడు.

ఒయాసిస్ నాయకుడు ఆ కొండజాతి మనుషులపట్ల తమకు జాలి ఉన్నది, కానీ సాంప్రదాయం పవిత్రమైనది. ఆ సేనాపతి అవమానంతో మరణించాలి అని ఆయన శాసించాడు. ఒక కత్తితోనో, లేక తుపాకీ గుండుతోనో చంపటం కాక ఆ సేనాపతిని ఎండిపోయిన ఖర్జూరపు చెట్టుకు ఉరి తీశారు. ఎడారి గాలిలో ఆ సేనాపతి శవం మెలికలు తిరిగింది.

ఆ తర్వాత ఆ నాయకులు కుర్రవాడిని పిలిపించారు. అతనికి 50 బంగారు నాణాలు బహూకరించారు. ఈజిప్ట్ నుంచి వచ్చిన జోసెఫ్ కథను ఆయన మరొకసారి చెప్పారు. ఆ కుర్రవాడిని ఒయాసిస్‌కు సలహాదారుగా ఉండుమని అడిగారు.

* * *

సూర్యుడు అస్తమించాడు. చుక్కలు ఒక్కటొక్కటిగా నీలాకాశం మీద పొడవ సాగాయి. ఆ కుర్రవాడు దక్షిణ దిక్కుగా నడవసాగాడు. చివరికి అతనికి దూరాన ఒకే ఒక డేరా దర్శనం ఇచ్చింది. ఆ దారినే వెళుతున్న అరబ్బుల బృందం ఒకటి అది జంతువులకు స్థావరం అనిచెప్పి వెళ్ళింది. ఆ కుర్రవాడు అక్కడే కూర్చొని నిరీక్షించ సాగాడు.

చంద్రుడు బాగా పైకివచ్చిన తర్వాత రసవాది దర్శనం అయింది. ఆయన భుజంమీద చనిపోయిన డేగలు రెండు వేలాడుతున్నాయి.

"వచ్చాను." అన్నాడు ఆ కుర్రవాడు.

"నువ్వు ఇక్కడ ఉండకూడదు." రసవాది సమాధానం. "లేకపోతే నీ అదృష్టమే నిన్ను ఇక్కడికి తీసుకు వచ్చిందా?"

"ఈ కొండజాతుల మధ్య యుద్ధాలతో ఈ ఎడారి దాటటం అసంభవం. అందుకని ఇక్కడికి వచ్చాను."

రసవాది తన గుర్రం దిగారు. తనతోపాటు గుడారంలోకి రమ్మని ఆ కుర్రవాడికి సైగ చేశారు. ఆ గుడారం ఒయాసిస్‌లో ఉన్న ఇతర గుడారాల

వంటిదే. రసవాదంలో ఉపయోగించే కొలుములు, ఇతర పరికరాలకోసం చుట్టూచూశాడు. అతనికి ఏమీ కనపడలేదు. ఒక గుట్టగా పుస్తకాలు, వంటకు ఉపయోగించే చిన్న స్టవ్, విచిత్రమైన డిజైన్లతో తివాచీలు – ఇవే అక్కడ అతనికి కనిపించిన వస్తువులు.

"కూర్చో. ఆడేగలను తింటూ, ఏమైనా తాగుదాం." రసవాది అన్నారు.

ఆ డేగలు క్రితంరోజు తనుచూసినవే అని ఆ కుర్రవాడి అనుమానం. కానీ అతను ఏమీ మాట్లాడలేదు. రసవాది నిప్పు వెలిగించారు. వెంటనే గుడారంఅంతా కమ్మని వాసనతో నిండిపోయింది. హుక్కాల వాసన కంటే ఇది చాలాబాగున్నది.

"నన్ను ఎందుకు పిలిచారు?" ఆ కుర్రవాడు అడిగాడు.

"శకునాల కారణంగా." రసవాది సమాధానం. "నువ్వు వస్తావని, నీకు సహాయం అవసరమని నాకు ఈ గాలి చెప్పింది."

"మీకు ఆ గాలి చెప్పింది నన్నుగురించి కాదు. మరొక విదేశీయుడు మా ఇంగ్లీష్ వ్యక్తిని గురించి. మీకోసం వెతుకుతున్నది ఆయనే."

"అంతకుముందు ఆయన చేయవలసిన పనులు ఇంకా ఉన్నాయి. ఆయన సరైన దారిలోనే ఉన్నాడు. ఆయన ఎడారిని అర్థం చేసుకోవడం మొదలుపెట్టాడు."

"మరి నేను?"

"ఎవరైనాసరే ఏదైనా మనస్ఫూర్తిగా కోరుకుంటే, ఆ కల నెరవేరడానికి ఈవిశ్వం అంతా తోడ్పడుతుంది." అన్నారు రసవాది, ముసలి రాజు మాటల ను ప్రతిధ్వనిస్తూ. ఆ కుర్రవాడు అర్థం చేసుకున్నాడు. అదృష్టం వేటలో తనకు సాయపడటానికి మరొకవ్యక్తి సిద్ధంగా ఉన్నారు.

"మరి, ఏమి చెయ్యాలో నాకు చెప్తారా?"

"లేదు. అవసరమైందంతా నీకు ఈపాటికే తెలుసు. నేను కేవలం నిధిఉన్న దిక్కు చూపిస్తాను."

"కానీ అక్కడ కొండజాతుల యుద్ధం జరుగుతున్నది." మరొకసారి చెప్పాడు ఆ కుర్రవాడు.

"ఈఎడారిలో ఏమి జరుగుతున్నదో నాకు తెలుసు."

"ఇప్పటికే నేను నానిధిని కనుక్కున్నాను. నాకు ఒక ఒంటె ఉన్నది.

గాజుసామాన్ల దుకాణంలో సంపాదించిన డబ్బు ఉన్నది. దానికి తోడు 50 బంగారునాణేలు ఉన్నాయి. నా దేశంలో నేను ఒక సంపన్నుడిని."

"కానీ అవి ఏవీ పిరమిడ్ల దగ్గరనుంచి వచ్చినవి కాదు కదా!" రసవాది అన్నారు.

"ఇప్పుడు నాకు ఫాతిమా కూడా ఉన్నది. నాసంపదలన్నిటినీ మించిన సంపద ఆమె."

"ఆమె కూడా పిరమిడ్ల దగ్గర దొరికిన వస్తువు కాదుకదా!"

వారు నిశ్శబ్దంగా తిన్నారు. రసవాది ఒక సీసా తెరిచి ఆ కుర్రవాడి కప్పులో ఎర్రటి ద్రవం పోశాడు. ఆ కుర్రవాడు రుచి చూసిన పానీయాలు అన్నిటిలోనూ ఇదే అత్యుత్తమం.

"ఇక్కడ మద్యనిషేధం లేదా?" ఆ కుర్రవాడు అడిగాడు.

"మనుషుల నోటిలోకి వెళ్ళేది రాక్షసత్వం కాదు." రసవాది అన్నారు. "మనుషుల నోట్లో నుంచి వచ్చేదే రాక్షసత్వం."

రసవాదిని చూస్తుంటే కొంచెం భయం కలుగుతుంది. కానీ ద్రాక్షాసవం లోపలికి దిగుతున్నకొద్దీ అతను విశ్రాంతి చెందసాగాడు. తినటం పూర్తయిన తర్వాత వారు గుడారం వెలుపల కూర్చున్నారు. ఆ వెన్నెలలో తారకలు వెల వెల పోయాయి.

"తాగు. ఆనందించు." అన్నారు రసవాది కుర్రవాడు ఆనందించుతున్నాడని గమనించుతూ. "యుద్ధానికి సిద్ధమవుతున్న యోధుడిలాగా ఈరాత్రికి బాగా విశ్రాంతితీసుకో. నీ గుండె దేనికి స్పందించుతుందో అక్కడే నీ నిధి కనబడుతుంది. నువ్వు నిధిని వెతికి పట్టుకోవాలి. అప్పుడే ఆదారిన నువ్వు నేర్చుకున్నదానికి అర్థం కనబడుతుంది."

"రేపు నీ ఒంటె అమ్మి ఒక గుర్రం కొను. ఒంటెలు ద్రోహుల లాంటివి. అవి ఎంత దూరం నడిచినా అలసిపోయినట్లు కనపడవు. కానీ ఉన్నట్టుండి కూలబడి చచ్చిపోతాయి. అదే గుర్రాలైతే క్రమక్రమంగా అలసిపోతాయి. అవి ఎంతదూరం వెళ్లగలవో, వాటి అంతం ఎప్పుడు రాబోతున్నదో ముందుగానే తెలుస్తుంది."

* * *

ఆరాత్రి ఆ కుర్రవాడు ఒక గుర్రంతో రసవాది గుడారం ఎదుట ప్రత్యక్షమయ్యాడు. రసవాది అప్పటికే సిద్ధంగా ఉన్నారు. ఆయన తనగుర్రం ఎక్కి, డేగను భుజంమీద పెట్టుకున్నారు. ఆయన కుర్రవాడితో అన్నారు. "ఈ ఎడారిలో జీవం ఎక్కడ ఉన్నదో నాకు చూపించు. అటువంటి జాడలు చూడగలిగిన వారే నిధిని కనుక్కోగలరు."

వెన్నెల వెలుగులో వారు ఇద్దరూ తమ ప్రయాణం ప్రారంభించారు. ఈఎడారిలో జీవం ఎక్కడ ఉన్నదో కనుక్కో గలనో లేదో అని ఆ కుర్రవాడి అనుమానం. 'నాకు ఈ ఎడారి ఇంకా అంత బాగా తెలియదు.'

ఆ రసవాదికి ఆమాటే చెప్పాలని అతను అనుకున్నాడు. కానీ అతనికి ఆయనంటే భయం. వాళ్ళిద్దరూ అంతకుముందు ఆ కుర్రవాడు డేగలను చూసిన రాతి ప్రదేశానికి వచ్చారు. ప్రస్తుతం అక్కడ గాలి, నిశ్శబ్దం మినహా ఏమీ లేదు.

"ఎడారిలో జీవం ఎలా గుర్తించాలో నాకు తెలియదు." ఆ కుర్రవాడు అన్నాడు. "ఇక్కడ జీవం ఉన్నదని నాకు తెలుసు. కానీ దానికోసం ఎక్కడ వెతకాలో తెలియటం లేదు."

"జీవం జీవాన్ని ఆకర్షించుతుంది." రసవాది సమాధానం చెప్పారు.

ఆ కుర్రవాడికి అర్థం అయింది. అతను తనగుర్రం కళ్ళాలు సడలించాడు. వెంటనే ఆ గుర్రం ఇసుక, రాళ్ళమీదుగా దౌడు తీసింది. ఆ కుర్రవాడి గుర్రం దాదాపు అరగంట సేపు అలాదౌడు తీసింది. ఆ వెనుకనే రసవాది అనుసరించారు. ఇప్పుడు అక్కడ ఒయాసిస్ ఖర్జూరపు చెట్లు లేవు. పైన బ్రహ్మాండమైన పరిమాణంలో చంద్రుడు, కింద ఎడారి రాళ్లమీద వెండివెన్నెల వెలుగులు. హఠాత్తుగా ఏకారణమూ లేకుండా ఆ కుర్రవాడి గుర్రం నిదానించింది.

"ఇక్కడ జీవం ఉన్నది." ఆ కుర్రవాడు రసవాదితో అన్నాడు. "నాకు ఈ ఎడారిభాష తెలియదు. కానీ నా గుర్రానికి జీవభాష తెలుసు."

అక్కడ వారిద్దరూ గుర్రాలు దిగారు. రసవాది ఏమీ మాట్లాడ లేదు. నిదానంగా ముందడుగు వేస్తూ వాళ్లు ఆ రాళ్ళ మధ్య వెతకసాగారు. రసవాది హఠాత్తుగా ఆగారు. నేలమీదకు వంగారు. ఆ రాళ్ళమధ్య ఒక రంధ్రం ఉన్నది. రసవాది ఆ రంధ్రంలో చెయ్యి దూర్చారు. క్రమంగా చెయ్యి మొత్తం భుజంవరకు లోపలికి దూర్చారు. అక్కడ ఏదో కదులుతున్నది. రసవాది కళ్ళు – ఆ కుర్రవాడికి రసవాది కళ్లు మాత్రమే కనబడుతున్నాయి – ఆయన

ప్రయత్నంలో పక్కచూపులు చూస్తున్నాయి. ఆ రంధ్రంలో ఉన్న దేనితోనో ఆయన చెయ్యి పోరాడుతున్నది. హఠాత్తుగా ఆయన తన చెయ్యి బయటికితీసి ఎగిరి నుంచున్నారు. ఆ హఠాత్పరిణామంతో ఆ కుర్రవాడు అదిరిపోయాడు. ఆయన చేతిలో ఒక పాము ఉన్నది. ఆయన దాని తోక పట్టుకొని ఉన్నారు.

ఆ కుర్రవాడు కూడా గంతువేశాడు, ఆ రసవాదికి దూరంగా. ఆ పాము వెర్రిగా మెలికలు తిరుగుతూ విలవిలలాడుతున్న ది. ఎడారి నిశ్శబ్దాన్ని ఛేదించుతూ బుస కొడుతున్నది. అది నాగుపాము. దాని విషంతో మనిషి క్షణాలలో చచ్చిపోతాడు.

"జాగ్రత్త. దానివిషం ప్రాణాంతకం." ఆ కుర్రవాడు అన్నాడు. ఆ రసవాది కలుగులో చెయ్యి పెట్టినప్పుడు అది కాటువేసి ఉండవచ్చు. కానీ ఆయన ప్రశాంతంగానే కనబడుతున్నారు. "రసవాది వయసు రెండువందల సంవత్సరాలు." అని ఇంగ్లీష్ వ్యక్తి చెప్పాడు. ఎడారిలో పాములతో ఎలా వ్యవహరించాలో ఆయనకు తెలిసే ఉంటుంది.

తన సహచరుడు గుర్రం దగ్గరికి వెళ్లి ఒక పట్టా కత్తిని బయటికి తీయడం ఆ కుర్రవాడు గమనిస్తూ ఉన్నాడు. కత్తికొనతో ఆయన ఇసుకలో ఒక వృత్తం గీశారు. తన చేతిలో ఉన్న పామును ఆ వృత్తంలో పడేశాడు. వెంటనే ఆ పాము గిలగిలలాడటం మాని శాంతపడింది.

"ఇంక భయంలేదు." రసవాది అన్నారు. "అది ఆవృత్తందాటి బయటికి రాదు. ఎడారిలో నువ్వు జీవం కనుకున్నావు. నాకు కావలసింది ఆ శకునమే."

"ఏం? అది అంత ముఖ్యమా?"

"అవును. పిరమిడ్లచుట్టూ ఎడారి ఆవరించి ఉన్నది."

పిరమిడ్లను గురించి మాట్లాడటం ఆ కుర్రవాడికి ఇష్టం లేదు. అతని హృదయం భారంగా ఉన్నది. క్రిందటి రాత్రి నుంచి అతను దిగులుగా ఉన్నాడు. నిధివేటలో తనశోధన కొనసాగించాలంటే, అతను ఫాతిమా విషయం మర్చిపోవాలి.

"ఈ ఎడారి దాటటానికి నీకు దారిచూపుతాను." అన్నారు రసవాది.

" నేను ఇక్కడే ఒయాసిస్ దగ్గరే ఉండాలి అనుకుంటున్నాను" కుర్రవాడు జవాబు చెప్పాడు. "నాకు ఫాతిమా దొరికింది. నా మట్టుకు నాకు నిధికంటే ఆమె ముఖ్యం."

"ఫాతిమా ఈ ఎడారి స్త్రీ." రసవాది అన్నారు. "వెళ్లిన తమ మగవారు తిరిగి వస్తారని ఆమెకు తెలుసు. ఆమెకు ఇప్పటికే తననిధి దొరికింది. అది నువ్వే. నువ్వు అన్వేషిస్తున్న దానిని కనుక్కుంటావని ఆమె ఆశిస్తున్నది."

"నేను ఇక్కడే ఉండాలనుకుంటే?"

"ఏమి జరుగుతుందో చెబుతాను. ఈ ఒయాసిస్ కు నువ్వు సలహాదారు అవుతావు. కావలసినన్ని గొర్రెలు, ఒంటెలు కొనడానికి అవసరమైన సొమ్ము నీదగ్గర ఉన్నది. నువ్వు ఫాతిమాను పెళ్లి చేసుకుంటావు. ఒక సంవత్సరంపాటు మీరిద్దరూ సంతోషంగా ఉంటారు. ఈ ఎడారితో ప్రేమలో పడతావు. ఇక్కడ ఉన్న 50000 ఖర్జూరపు చెట్లతో ప్రతిఒక్కదానితోనూ నీకు పరిచయం ఏర్పడుతుంది. అవి పెరుగుతూ ఉంటే నువ్వు చూస్తూ ఉంటావు. ఈ ప్రపంచం నిరంతరం మారుతూ ఉంటుంది అనటానికిఅది ఒక నిదర్శనం. శకునాలు అర్థం చేసుకోవటంలో నీసామర్థ్యం పెరుగుతుంది. ఎందుకంటే ఈ ఎడారి అన్నిటికంటే ఉత్తమమైన గురువు.

"రెండవ సంవత్సరంలో నీకు నీనిధి జ్ఞాపకం వస్తుంది. శకునాలు పదేపదే నీకు నిధిని గురించి జ్ఞాపకంచేస్తూఉంటాయి. నువ్వు ఆ శకునాల ను పట్టించుకోకుండా ఉండటానికి ప్రయత్నిస్తావు. నీ జ్ఞానాన్ని ఒయాసిస్ లో నివసించేవారి శ్రేయస్సుకోసం వినియోగిస్తావు. ఈ కొండజాతి పెద్దలు నువ్వు చేస్తున్నపని మెచ్చుకుంటారు. నీ ఒంటెలు నీకు సంపదను, అధికారాన్ని తెచ్చిపెడతాయి.

"మూడవ సంవత్సరంలో కూడా నీ నిధిని గురించి, మీ అదృష్టాన్ని గురించి శకునాలు చెబుతూనే ఉంటాయి. ప్రతిరాత్రీ నువ్వు ఈ ఒయాసిస్‌లో తిరుగుతూ ఉంటావు. ఫాతిమా నీ శోధనకు అడ్డు తగిలాననే భావనతో చింతాక్రాంత అవుతుంది. కానీ నువ్వు ఆమెను ప్రేమిస్తావు. ఆమె నీ ప్రేమకు బదులు పలుకుతుంది. నిన్ను ఇక్కడే ఉండమని ఆమె ఎన్నడూ అడగలేదన్న విషయం నీకు గుర్తు వస్తుంది. ఎందుకంటే తన మగవారికోసం వేచి ఉండాలని ప్రతిఒక్క ఎడారి స్త్రీకి బాగా తెలుసు. కనుక నువ్వు ఆమెను తప్పు పట్టవు. నువ్వు వెళితేనే బాగుండేదేమో, ఫాతిమాపట్ల నీప్రేమను నమ్మి ఉండాల్సింది అని ఆలోచిస్తూ ఎడారి ఇసుకలో చక్కర్లు కొడుతూ ఉంటావు. నువ్వు ఎన్నటికీ తిరిగిరావేమోనని నీ భయం. అందుకే నువ్వు ఒయాసిస్ దగ్గర స్థిరపడిపోయావు. ఆ సమయంలో నీనిధి శాశ్వతంగా సమాధి

అయింది అని శకునాలు నీకు చెబుతాయి.

"ఆ తర్వాత నాలుగో సంవత్సరంలో వాటిమాట నువ్వు వినడంలేదు కనుక శకునాలు నిన్నువిడిచి వెళ్లిపోతాయి. కొండజాతి నాయకులు అది గమనిస్తారు. నీ సలహాదారు ఉద్యోగానికి స్వస్తి పలుకుతారు. కానీ ఆనాటికి చాలా ఒంటెలతో, విపరీతమైన సరుకుతో నువ్వు ఒక సంపన్నుడైన వ్యాపారస్తుడివి అవుతావు. నువ్వు నీ అదృష్టాన్ని వేటాడలేదని, ఇప్పుడు కాలాతీతం అయిందని ఆలోచించుతూ మిగిలిన కాలం గడుపుతావు.

"ఒకవ్యక్తి తన అదృష్టాన్ని వేటాడటంలో ప్రేమ ఎన్నటికీ అడ్డు ఉండదని నువ్వు అర్థం చేసుకోవాలి. ఆ వేట పరిత్యజించాడు అంటే అతనిది నిజమైన ప్రేమ – ఈ విశ్వభాష మాట్లాడే ప్రేమ – కాదు అని అర్థం."

రసవాది ఇసుకలో తనుగీసిన చక్రం చెరిపివేశాడు. ఆ పాము సరసర పాకుతూ రాళ్లలోకి వెళ్ళిపోయింది. ఆ కుర్రవాడికి మక్కా వెళ్ళాలి అని ఎప్పుడూ అనుకునే గాజుసామాను వ్యాపారి, రసవాదిని వెతుకుతున్న ఇంగ్లీష్ వ్యక్తి మనసులో మెదిలారు. ఈ ఎడారిని నమ్మిన స్త్రీనిగురించి అతను ఆలోచించాడు. తను ప్రేమించిన స్త్రీదగ్గరికి తనను తీసుకువచ్చిన ఈ ఎడారిని పరికించి చూశాడు.

వాళ్లు వారి గుర్రాలు ఎక్కారు. ఒయాసిస్ కు తిరిగి వెళ్లేటప్పుడు ఆ కుర్రవాడు రసవాదిని అనుసరించాడు. గాలిలో ఒయాసిస్ శబ్దాలు వస్తున్నాయి. ఆ కుర్రవాడు అందులో ఫాతిమా స్వరం వినటానికి ప్రయత్నించాడు.

కానీ ఆ రాత్రి వృత్తం మధ్యలో విశ్రాంతి తీసుకుంటున్న పామును అతను చూస్తూ ఉండగా, భుజం మీద డేగ ఉన్న విచిత్రమైన రౌతు ప్రేమ, నిధి, ఎడారి స్త్రీ, తన అదృష్టాన్ని గురించి మాట్లాడాడు.

"నేను మీతో వస్తాను." అన్నాడు ఆ కుర్రవాడు. అతని మనసులో తక్షణం ఒక విధమైన ప్రశాంతత కలిగింది.

"రేపు ఉదయం సూర్యోదయానికి పూర్వమే మనం బయల్దేరుదాం." రసవాది సమాధానం.

* * *

ఆ రాత్రి ఆ కుర్రవాడికి నిద్ర పట్టలేదు. సూర్యోదయానికి రెండుగంటలు ముందరే నిద్రలేచి తనతోపాటు ఆ గుడారంలో నిద్రపోతున్న మరొక కుర్రవాడిని

నిద్రలేపాడు. ఫాతిమా ఎక్కడ ఉంటుందో చూపించమన్నాడు. ఇద్దరూ కలిసి ఆమె గుడారానికి వెళ్లారు. ఆ కుర్రవాడు తన మిత్రుడికి ఒక గొర్రె కొనడానికి సరిపడా బంగారం ఇచ్చాడు.

అప్పుడు తన స్నేహితుడిని ఫాతిమా నిద్రపోతున్న గుడారం లోపలికి వెళ్లి తను గుడారం వెలుపల ఆమెకోసం కాచుకుని ఉన్నట్టు చెప్పమన్నాడు. ఆ అరబ్ స్నేహితుడు ఆ కుఱ్ఱవాడుచెప్పినట్లే చేశాడు. అతనికి మరొకగొర్రె కొనడానికి సరిపడా బంగారం దొరికింది.

"ఇక నువ్వు వెళ్ళవచ్చు." ఆ కుర్రవాడు తన అరబ్ స్నేహితుడికి చెప్పాడు. అరబ్ కుర్రవాడు గుడారానికి తిరిగి వచ్చాడు. ఈ ఒయాసిస్ సలహాదారుకు తను సహాయం చేయగలిగినందుకు అతనికి గర్వంగా ఉన్నది. కొన్ని గొర్రెలు కొనటానికి సరిపడా సొమ్ము ఉన్నందుకు సంతోషంగా ఉన్నది.

ఫాతిమా గుడారం ద్వారందగ్గర దర్శనమిచ్చింది. ఇద్దరూ కలిసి ఖర్జూరపు చెట్లపక్కనే నడిచారు. ఇక్కడ ఆచారాన్ని, సంప్రదాయాన్ని అతిక్రమించుతున్నారని అతనికి తెలుసు. ప్రస్తుతం అతనికి ఆ విషయంలో చింతలేదు.

"నేను వెళుతున్నాను." అతను చెప్పాడు. "నేను తిరిగి వస్తానని నువ్వు తెలుసుకోవాలి. నేను నిన్ను ప్రేమిస్తున్నాను. ఎందుకంటే..."

''నువ్వేమి చెప్పవద్దు'' ఫాతిమా అతని మాటలకు అడ్డు పడింది." ఒకరిమీద ప్రేమ ఉన్నది కనుక వారిని ప్రేమిస్తాం. ప్రేమించడానికి కారణం అక్కర లేదు."

ఆ కుర్రవాడు చెప్పటం కొనసాగించాడు."నాకు ఒకకల ఉన్నది. నేను ఒకరాజును కలిసాను. నేను గాజుసామాన్లు అమ్మాను. ఎడారి దాటాను. ఈ కొండజాతులు యుద్ధంలోకి దిగాయి. కనుక రసవాది అన్వేషణలో నేను ఆ బావిదగ్గరికి వెళ్లాను. నిన్ను కనుక్కోవడానికి ఈ విశ్వమంతా నాకు సాయపడింది. కనుక నేను నిన్ను ప్రేమిస్తున్నాను."

ఇద్దరూ పరస్పరం కావలించుకున్నారు. ఇద్దరూ ఒకరినొకరు తాకటం అదే తొలిసారి.

"నేను తిరిగి వస్తాను." ఆ కుర్రవాడు అన్నాడు.

"ఇంతకు మునుపు నేను ఈ ఎడారిని ఎప్పుడూ ఏదో కోరికతో చూసేదాన్ని." ఫాతిమా అన్నది. "ఇప్పుడు నేను ఆశతో ఎదురు చూస్తాను.

మానాన్న ఇలాగే ఒకనాడు వెళ్లారు. కానీ ఆయన తిరిగి అమ్మ దగ్గరికి వచ్చారు. అప్పటినుంచి ఆయన ఎప్పుడూ తిరిగివస్తూనే ఉన్నారు."

ఆ తర్వాత ఇద్దరూ ఏమీ మాట్లాడలేదు. ఆ చెట్లవెంట మరి కొంతదూరం నడిచారు. అప్పుడు ఆ కుర్రవాడు ఆమెను ఆమె గుడారం ప్రవేశద్వారం దగ్గర వదిలిపెట్టాడు.

"మీ నాన్న మీఅమ్మ దగ్గరికి తిరిగివచ్చినట్లే, నేనుకూడా తిరిగివస్తాను." అన్నాడు అతను.

ఫాతిమాకళ్ళు నీళ్లతోనిండటం అతను చూశాడు.

"ఏడుస్తున్నావా?"

"నేను ఎడారి స్త్రీ ని." అన్నది ఆమె ముఖం పక్కకు తిప్పుకుంటూ." అన్నిటికంటే ముఖ్యంగా నేను ఒక స్త్రీని."

ఫాతిమా తన గుడారంలోకి వెళ్ళిపోయింది. తెల్లవారిన తర్వాత సంవత్సరాల తరబడి తనుచేస్తున్న ఇంటిపనులు చేయడానికి సిద్ధమైంది. కానీ అంతా మారిపోయింది. ఇప్పుడు ఆ కుర్రవాడు ఒయాసిస్ లో లేడు. ఇప్పుడు ఇది నిన్నటి ఒయాసిస్ కాదు. దాని అర్థం మారిపోయింది. 50000 ఖర్జూరపు చెట్లతో, 300 బావులతో దూరప్రయాణం నుంచి వచ్చిన యాత్రికులకు సేదతీర్చే స్థలం రాదు. ఈరోజునుంచి ఆమెకు మటుకు ఇది ఒక శూన్యప్రదేశం.

ఆనాటినుంచి ఎడారి ముఖ్యం అవుతుంది. ప్రతిరోజూ దానినిచూస్తూ ఆ కుర్రవాడు తననిధి అన్వేషణలో ఏ తారను అనుసరించుతాడో ఊహించడానికి ప్రయత్నం చేస్తుంది. ఆనాటినుంచి ఆమె తన ముద్దులు గాలిలో పంపుతుంది. ఆగాలి అతనిముఖం తాకుతుందని, తను ఇంకా బ్రతికేఉన్నదని అతనికి చెబుతుందని ఆమె ఆశ. ఆమె అతని కోసం నిరీక్షించుతున్నది. తన నిధి అన్వేషణలో ఉన్న ఒక ధీరుడి కోసం ఆమె నిరీక్షించుతున్నది. ఆనాటినుంచి ఆ ఎడారి అంటే ఒకఆశ. అతడు తిరిగివస్తాడు అనే ఆశ.

* * *

"నువ్వు విడిచిపెట్టి వచ్చిన దానిని గురించి ఆలోచించకు" ఎడారిలో ఇసుక తిన్నెల మీద సవారి చేస్తూ ఉండగా రసవాది ఆ కుర్రవాడితో అన్నారు. "ప్రతి ఒక్కటీ ఈ విశ్వాత్మలో వ్రాసిపెట్టి ఉన్నది. అది అక్కడ అలానే ఉంటుంది."

"ఇల్లు విడిచి వెళ్ళటం కంటే, ఇంటికి తిరిగిరావటాన్ని గురించి మనుషులు ఎక్కువగా ఆలోచిస్తారు." అన్నాడు ఆ కుర్రాడు. ఈపాటికి అతను ఎడారి నిశ్శబ్దానికి మళ్లీ అలవాటు పడిపోయాడు.

"మనము చూసింది పరిశుద్ధ పదార్థంతో తయారైనది అయితే అది ఎన్నటికీ చెడిపోదు. మనము ఎప్పుడైనా తిరిగి వెళ్ళవచ్చు. కానీ మనం చూసింది కేవలం క్షణికకాంతి – తారా విస్ఫోటనం లాగా – అయితే, మనం తిరిగి వెళ్లినప్పుడు అక్కడ ఏమీ ఉండదు."

ఆయన రసవాద భాషలో మాట్లాడుతున్నారు. కానీ ఆయన ఫాతిమా గురించి మాట్లాడుతున్నారని ఆ కుర్రాడికి తెలుసు.

తాను విడిచి వచ్చిన దానిని గురించి ఆలోచించకుండా ఉండటం అతనికి అసాధ్యం అయ్యింది. ఏకమైన ఈ ఎడారి అతనికి కలలు మాత్రమే మిగిల్చింది. ఆ ఎడారిలో ఖర్జూరపు చెట్లు, బావులు, తను ప్రేమించిన ఆ స్త్రీ ముఖము అతని కళ్ళ ఎదుట కనబడు తున్నాయి. నిత్యము ప్రయోగాలు చేస్తున్న ఇంగ్లీష్ వ్యక్తి, తనకు తెలియకుండానే తన గురువుగా మారిన ఆ ఒంటె మావటి అతనికి కనబడుతున్నారు. ఈ రసవాదికి ప్రేమ అంటే తెలియదని ఆ కుర్రవాడి ఆలోచన.

భుజంమీద డేగతో ఆ రసవాది ముందర సవారీ చేస్తున్నాడు. ఆ పక్షికి ఎడారిభాష బాగాతెలుసు. వారిద్దరూ ఆగినప్పుడల్లా అది తనఆహారాన్ని వెతుక్కుంటూ ఎగిరిపోయేది. మొదటిరోజున అది ఒక కుందేలుతో తిరిగి వచ్చింది. రెండవరోజున రెండు పక్షులతో వచ్చింది.

రాత్రిపూట వారు పడుకోవడానికి అవసరమైన పరికరాలు పరిచి, మంటలు కనపడకుండా జాగ్రత్త పడేవారు. ఎడారిలో రాత్రులు చాలా చల్లగా ఉన్నాయి. క ృష్ణపక్షం జరుగుతున్నకొద్దీ చీకటి ఎక్కువ అవుతున్నది. అలా వారు ఒకవారంరోజులు ప్రయాణం చేశారు. ఆ వారంరోజుల్లోనూ అక్కడ కొండజాతుల మధ్య జరుగుతున్న పోరాటం తప్పించుకోవటం ఎలాగా, ఎలా జాగ్రత్త పడాలి అన్నదే వారి సంభాషణ. ఆ యుద్ధం కొనసాగుతూనే ఉన్నది. అప్పుడప్పుడు గాలిలో రోగపూరితమైన రక్తపు వాసన వస్తూ ఉండేది. యుద్ధాలు దగ్గరలోనే జరుగుతూ ఉన్నాయి. అక్కడి గాలి అతనికళ్ళు చూడని విషయాల ను చూపించుతూ, శకునాలభాష ఒకటి ఉన్నదని ఆ కుర్రవాడికి గుర్తు చేస్తూ ఉండేది.

ఏడవ రోజున మామూలుకంటే ముందుగా ప్రయాణం ఆపి, మకాం వెయ్యాలని రసవాది నిర్ణయించారు. తన ఆహారం వెతుక్కోవడానికి డేగ ఎగిరి పోయింది. రసవాది ఆ కుర్రవాడికి తన నీటిపాత్ర ఇచ్చారు.

"నీ ప్రయాణం దాదాపుచివరికి వచ్చింది." అన్నారు రసవాది. "పట్టు వదలకుండా నీ వేట కొనసాగించినందుకు అభినందనలు."

"కానీ దారిలో మీరు నాకు ఏమీ చెప్పలేదు." ఆ కుర్రవాడు అన్నాడు. "మీకు తెలిసిన కొన్ని విషయాలు నాకు నేర్పుతారను కున్నాను. ఇంతకు మునుపు నేను రసవాద గ్రంథాలు వెంట తీసుకువస్తున్న ఒక వ్యక్తితో కలిసి ప్రయాణం చేశాను. కానీ ఆ పుస్తకాలలో నేను ఏమి నేర్చుకోలేదు."

"నేర్చుకోవడానికి ఒకటే మార్గం." రసవాది జవాబు. "అది కర్మ మార్గం. నువ్వు తెలుసుకోవలసింది అంతా ఈ ప్రయాణంలో నేర్చుకున్నావు. ఇప్పుడు నువ్వు నేర్చుకోవలసింది ఒకే ఒక్క విషయం."

అదేమిటో తెలుసుకోవాలని ఆ కుర్రవాడి కోరిక. కానీ రసవాది తన డేగకోసం అంతరిక్షం గాలిస్తున్నారు.

"మిమ్మల్ని రసవాది అని ఎందుకంటారు?"

"నేను అదే కనుక."

"ఇతర రసవాదులు బంగారం తయారుచేయటానికి ప్రయత్నించి చేయలేకపోయారు. అక్కడ ఏం లోపం జరిగింది?"

"వాళ్లు కేవలం బంగారంకోసం చూశారు." అతని సహచరులు జవాబు చెప్పారు." వాళ్లు తమ అదృష్టం ప్రకారం జీవించకుండా అదృష్టంలో ఉన్న నిధికోసం వెతికారు."

"నేనుఇంకా ఏమి తెలుసుకోవాలి?"

రసవాది ఇంకా ఆకాశంలోకి చూస్తూనే ఉన్నారు. చివరికి డేగ వారి ఆహారంతో తిరిగి వచ్చింది. మంటల వెలుగు కనపడకుండా, వాళ్లు నేలలో ఒకగొయ్యితవ్వి అందులో మంట వెలిగించారు.

"నేను రసవాదిని కనుక రసవాదిని అయ్యాను." భోజనం సిద్ధం చేస్తూ ఆయన అన్నారు. "ఈ శాస్త్రం నేను మా తాతగారి దగ్గర నేర్చుకున్నాను. ఆయన వాళ్లనాన్న దగ్గరనుంచి నేర్చుకున్నారు. అలా చెబుతూ సృష్టి ఆది వరకు వెళ్ళవచ్చు. ఆ కాలంలో ముఖ్యసూత్రం సరళంగా ఒక మరకతం

మీద రాయవచ్చు. కానీ జనం సరళమైన విషయాలను తిరస్కరించుతూ ఇతరమార్గాలు, వ్యాఖ్యానాలు, తత్వ అధ్యయనాలు రాయటం మొదలుపెట్టారు. తమ పూర్వీకులకంటే తమకు తెలిసిన పద్ధతి మేలైనదనివారి అనుభూతి. కానీ ఆ మరకత ఫలకం ఈనాటికీ సజీవంగా ఉన్నది"

"ఆ మరకత ఫలకం మీద ఏమి వ్రాసి ఉన్నది?" తెలుసు కోవాలని ఆ కుర్రవాడు అడిగాడు.

రసవాది ఇసుకలో బొమ్మ గీయటం మొదలుపెట్టి ఐదు నిమిషాలలో పూర్తి చేశారు. ఆయన బొమ్మ గీస్తున్నప్పుడు ఆ కుర్రవాడికి ఆ ముసలి రాజు, తాము కలుసుకున్న కూడలి జ్ఞాపకం వచ్చాయి. అదంతా ఎన్నో సంవత్సరాల క్రితం జరిగినట్లు అనిపిస్తున్నది.

"ఆ మరకతం పలకమీద రాసిఉన్నది ఇది" తను రాయటం పూర్తి చేసిన తర్వాత రసవాది అన్నారు.

ఇసుకలో రాసిఉన్నది చదవటానికి ఆ కుర్రవాడు ప్రయత్నించాడు.

"ఇది ఏదో సాంకేతిక భాష." కొంత నిరాశతో ఆ కుర్రవాడు అన్నాడు. "ఇంగ్లీష్ వ్యక్తి పుస్తకాలలో చూసిన దానిలాగా ఉన్నది."

"కాదు" రసవాది జవాబు. "ఇది ఆ రెండు డేగల దయనం వంటిది. అది కేవలం తర్కానికి అందదు. మరకత ఫలకం విశ్వభాషకు ముక్కుసూటి బాట.

"సహజసిద్ధమైన ఈప్రపంచం స్వర్గానికి ప్రతిబింబం, ఒక ప్రతి కృతి అని వివేచనాపరులైన పెద్దలు అర్థం చేసుకున్నారు. ఇంతకంటే మెరుగైన పరిపూర్ణమైన మరోప్రపంచం ఉన్నది అనటానికి ఈ ప్రపంచం కేవలం ఒక సరళమైన ఉదాహరణ. కంటికి కనిపించే వస్తువులతో మానవుడు తన ఆధ్యాత్మిక బోధనలను, తన వివేచనలో అద్భుతాలను అర్థం చేసుకోగలడనే భావనతో భగవంతుడు ఈ ప్రపంచాన్ని సృష్టించాడు. కర్మ అంటే నా ఉద్దేశ్యం అది."

"నేను ఈ మరకత ఫలకం అర్థం చేసుకోవాలా?" ఆ కుర్రవాడు అడిగాడు.

"నువ్వు ఒక రసవాద ప్రయోగశాలలో ఉన్నట్లయితే ఈ మరకత ఫలకం అర్థం చేసుకోవడానికి ఉత్తమమైన మార్గం ఏమిటో అధ్యయనం చేసిఉండవచ్చు. కానీ ప్రస్తుతం నువ్వు ఎడారిమధ్య ఉన్నావు. ఈ ఎడారి ఈ ప్రపంచాన్ని అర్థం చేసుకోవడంలో నీకు సహాయపడుతుంది. ఆ మాటకువస్తే ఈ భూమిమీద ఉన్న

ఏ వస్తువయినా ఆ సహాయం చేస్తుంది. ఆమాటకు వస్తే నువ్వు ఈ ఎడారి అంటే ఏమిటో అర్థం చేసుకోవలసిన అవసరం లేదు. కేవలం ఒక్క ఇసుక రేణువు గురించి ఆలోచించ గలిగితే చాలు.అందులోనే ఈ సృష్టిలో అద్భుతాలు అన్నీ నీకు దర్శనం ఇస్తాయి."

"అయితే నేను ఎడారిలో లీనం అయి పోవడం ఎలా?"

"నీ గుండెచప్పుడు విను. దానికి అంతా తెలుసు. ఎందుకంటే అది విశ్వాత్మలోనుంచి వచ్చింది. తిరిగి ఏదో ఒకనాడు అక్కడికే వెళ్లి పోతుంది."

* * *

తర్వాత రెండురోజులపాటు వారు నిశ్శబ్దంగా ప్రయాణం సాగించారు. తీవ్రంగా యుద్ధాలు జరుగుతున్న ప్రదేశం సమీపించుతూ ఉండటంచేత, రసవాది మరింత జాగ్రత్తగా మసలుకో సాగారు. వారలా వెళ్తూఉండగా ఆ కుర్రవాడు తన గుండెచప్పుడు వినటానికి ప్రయత్నం చేశాడు.

అది అనుకున్నంత సులువుగా లేదు.అంతకు మునుపు అతనిగుండె తనకథ చెప్పటానికి సర్వదా సిద్ధంగా ఉండేది.కాని ప్రస్తుత పరిస్థితి అదికాదు.అతని గుండె తన విచారాన్ని గంటలకొద్దీ వెళ్లబోసుకున్న సమయాలు ఉన్నాయి. ఒక్కొకసారి ఎడారిలో సూర్యాస్తమయం చూసి ఉద్వేగంతో ఆ కుర్రవాడు తన కన్నీళ్లు దాచుకోవలసి వచ్చేది. నిధిని గురించి ఆ కుర్రవాడికి చెబుతున్నపుడు అతని గుండె విపరీతంగా వేగంగా కొట్టుకునేది.ఆ కుర్రవాడు అపారమైన క్షితిజంలోకి చూస్తూ మైమరిచినపుడు నిదానంగా కొట్టుకునేది. కాని అతని గుండె ఎన్నడూ – ఆ కుర్రవాడూ, రసవాదీ మౌనంగా ఉన్నపుడు కూడా – ఊరికే ఉండేదికాదు.

"మనగుండె చెప్పింది మనంఎందుకు వినాలి?" ఆనాటికి మకాం వేసిన తర్వాత ఆ కుర్రవాడు అడిగాడు.

"ఎందుకంటే నీ గుండె ఎక్కడ ఉన్నదో నీ నిధికూడా అక్కడే ఉన్నది."

"కాని, నాగుండె కలతబారి ఉన్నది." ఆ కుర్రవాడు అన్నాడు. "దానికి దాని కలలు ఉన్నాయి.అది ఉద్వేగమయం అవుతుంది. ఎడారిలో ఉన్న ఆ స్త్రీపట్ల వ్యామోహంతో ఉన్నది. నన్ను చాలా విషయాలు అడుగుతూ ఉంటుంది.ఆమెను గురించి ఆలోచించు తున్నపుడు చాలారాత్రుళ్ళు నన్ను నిద్రపోనీయదు."

"అది మంచిదే.నీ గుండె సజీవంగా ఉన్నది. అది చెప్పేది వింటూ ఉండు."

ఆతర్వాత మూడురోజులూ ఆ ఇద్దరు ప్రయాణీకులూ సాయుధులైన కొండజాతివారిని చాలామందిని దాటారు.దూరాన ఇంకా చాలామంది దర్శనం ఇచ్చారు. ఆ కుర్రవాడి గుండె భయపడ సాగింది.విశ్వాత్మలో అది విన్న కథలు చెప్పసాగింది. నిధివేటలో బయలుదేరి ఎంతటికీ జయం ముఖమెరుగనివారి కథలు చెప్ప సాగింది. కొన్నిసార్లు అతను తననిధిని కనుక్కోలేడేమోననీ, ఈ ఎడారిలోనే చనిపోతాడేమోననీ భయపెట్టేది.మరికొన్నిసార్లు తను తృప్తి చెందినట్లూ, తనకు ప్రేమా, సంపదా దొరికినట్లూ చెప్పేది.

"నా గుండె ఒక ద్రోహి." గుర్రాలకు విశ్రాంతి ఇవ్వటానికి ఆగినప్పుడు, ఆ కుర్రవాడు రసవాదితో అన్నాడు. "అది నన్ను ముందడుగు వేయవద్దు అంటున్నది."

"దానికి ఒక అర్థం ఉన్నది." రసవాది జవాబు చెప్పారు. "నీ కల వేటలో ఇంతవరకు నువ్వు గెలుచుకున్నదంతా పోగొట్టు కుంటావేమో అని దానిభయం. అది సహజం."

"కదా! అయితేమరి, నేను నా గుండె మాట ఎందుకు వినాలి?"

"నువ్వు దానినోరు మూసిఉంచలేవు కనుక. అని చెప్పేది నువ్వు విననట్లు నటించినాకూడా జీవితాన్ని గురించి, ఈ ప్రపంచాన్ని గురించి – అది నీలోనే ఉంటుంది కదా – నువ్వు ఏమి ఆలోచిస్తున్నావో అదే నీకు మళ్లీ మళ్లీ చెబుతూ ఉంటుంది."

''అంటే అది దేశద్రోహం అయినాకూడా నేను వింటూ ఉండాలా?"

"దేశద్రోహం అనేది అనుకోకుండా కలిగే దెబ్బ. నీ గుండెతో నీకు మంచిసఖ్యత ఉంటే, అది నీకు ఎన్నడూ ద్రోహం చేయదు. ఎందుకంటే దాని కలలూ, కోరికలూనీకు తెలుస్తాయి. వాటితో ఎలా వ్యవహరించాలో నీకు తెలుస్తుంది.

"నువ్వు నీ గుండెను ఎప్పుడూ తప్పించుకోలేవు. కనుక అది చెప్పేది వినటమే మేలు. అలా అయితే నీకు అనుకోని దెబ్బలు ఎప్పుడూ తగలవు."

వాళ్లు ఎడారి దాటుతూ ఉన్నంతకాలం ఆ కుర్రవాడు తన గుండెచప్పుడు వింటూనే ఉన్నాడు. తనను యధాతధంగా అంగీకరించేట్లు చేయటానికి అది

ఎత్తులు వేస్తుంది, దొంగాటలు ఆడుతుంది. ఇప్పుడు అతని భయం పోయింది. ఒక మధ్యాహ్నం అది తను సంతోషంగా ఉన్నట్లు చెప్పింది. దానితో అతను ఒయాసిస్ తిరిగి వెళ్ళాలనే విషయంకూడా మర్చిపోయాడు. "కొన్నిసార్లు నేను గునుస్తాను. నేను ఒకమనిషి గుండెను కనుక, మనుషుల గుండెలు అలాగే ఉంటాయి గనుక" గుండె అన్నది. "కొన్నిసార్లు నేను గమనిస్తూ ఉంటాను. ముఖ్యాతిముఖ్యమైన తమ కలలను వెంటాడటానికి జనం భయపడుతారు. కారణం తాము అందుకు యోగ్యులు కారు అనివారి భావన, లేదా వాటిని సాధించలేమని వారి భయం. ఆప్తులయినవారు శాశ్వతంగా వెళ్ళిపోయినపుడు, శుభం కలగవలసిన సమయంలో అది జరుగకపోవటం వల్ల, దొరకవలసిన లంకెబిందెలు నేలలోనే స్థాపితం అయిఉండటంచేత, గుండెలం మేము భయానికి లోనవుతాం. ఎందుకంటే ఇలాంటి సంఘటనలకు మేము విపరీతంగా బాధపడుతాం."

"బాధ కలుగుతుందేమోనని నాగుండె భయపడుతున్నది." చంద్రుడులేని ఆకాశంలోకి చూస్తూ ఒకరాత్రి ఆ కుర్రవాడు రసవాదితో అన్నాడు.

"బాధకంటే కూడా బాధను గురించిన భయం అధమం అని నీగుండెకు చెప్పు. కలలను వేటాడుతూ వెళ్ళినపుడు ఏ గుండే బాధపడలేదు. ఎందుకంటే ఆ శోధనలో ప్రతిఒక్క క్షణము పరమాత్మతోను, అనంతంతోను తలపడటమే."

"అన్వేషణలో ప్రతిఒక్కక్షణమూ పరమాత్మకు ఎదురుపడటమే." ఆ కుర్రవాడు తనగుండెకు చెప్పాడు. "నేను నా నిధికోసం నిజంగా అన్వేషిస్తున్నపుడు ప్రతిరోజూ కాంతిమయంగా ఉండేది. ఎందుకంటే ప్రతిఒక్కగంటా నెరవేరబోయే నా కలలోని భాగమే. ఒక గొర్రెల కాపరి అసాధ్యం అని తోచిన పనులు చేయటానికి ధైర్యం చేసి ఉండకపోతే ఆదారిలో నేను తెలుసుకున్న విషయాలు ఎన్నటికీ చూడటం, తెలుసుకోవటం జరిగేది కాదు."

కనుక ఒక మధ్యాహ్నం అంతా అతనిగుండె ప్రశాంతంగా ఉన్నది. రాత్రి ఆ కుర్రవాడు గాఢంగా నిద్ర పోయాడు. నిద్రలేవగానే అతనిగుండె విశ్వాత్మనుంచి అందిన విషయాలు చెప్పసాగింది. సంతోషంగా ఉన్న వారందరిలోనూ భగవంతుడు ఉన్నాడని చెప్పింది. రసవాది చెప్పినట్లు ఆ ఆనందం ఎడారిలోని ఒక ఇసుక రేణువులో కూడా చూడవచ్చునని చెప్పింది. ఇసుక రేణువు అంటే సృష్టి జరిగిన ఒక క్షణం. ఆ సృష్టి చేయటానికి ఈ విశ్వానికి లక్షలాది సంవత్సరాలు పట్టింది. "ఈ భూమి మీద ఉన్న ప్రతి

ఒక్కరికి ఒక నిధి వేచి ఉన్నది." అతని గుండె చెప్పింది. "ఆ నిధులను గురించి మనుషుల గుండెలం అయిన మేము చాలా అరుదుగా చెప్తాం. ఎందుకంటే ఈ కాలంలో మనుష్యులు వాటికోసం వేటాడుతూవెళ్ళే కోరికతోలేరు. కనుక వాటిని గురించి ఇప్పుడు మేం పిల్లలకు మాత్రమే చెబుతాం.ఆతర్వాత జీవితాన్ని దానిదారిన దాన్ని పోనిచ్చి దానికర్మకు దానిని వదిలివేస్తాం. దురదృష్టవశాత్తూ ఏ కొద్దిమందో మాత్రమే వారి గమ్యానికీ, ఆనందానికీ మార్గం అనుసరిస్తారు. దాదాపు అందరూ ఈ ప్రపంచాన్ని ఒక భయంకర ప్రదేశంగా చూస్తారు. వారు అలా చూస్తారు గనుక ఈ ప్రపంచం నిజంగానే ఒక భయంకర ప్రదేశమయి కూర్చుంటుంది.

"కనుక వారి గుండెలం అయిన మేము ఇంకా మృదువుగా మాట్లాడుతాం. మాట్లాడటం మేం ఎన్నటికీ మానుకోం. కాని మా మాటలు వినబడకపోతే మేలు అని మాఆశ. వారిగుండె చెప్పినది విని జనం బాధలకు గురికాకూడదు కదా!"

"మనుషులను తమ కలలను వెంటాడుమని గుండెలు ఎందుకు చెప్పవు?" కుర్రవాడు రసవాదిని అడిగాడు.

"అదే గుండెకు విపరీతమైన బాధ. ఆబాధ గుండెలకు ఇష్టం లేదు."

అప్పటినుంచి ఆ కుర్రవాడికి తనగుండె అర్థమయింది. తనతో మాట్లాడటం ఎన్నటికీ మానవద్దని గుండెను బతిమాలాడాడు. తన కలల నుంచి దూరమైనపుడు తనగుండె తనను బలవంతంచేసి ఒక అలారం గంట కొట్టాలి. ఆ అలారం విన్న ప్రతిసారీ దాని సందేశం తను పాటిస్తానని అతను ప్రమాణం చేశాడు.

ఆ రాత్రి అతను ఇదంతా రసవాదికి చెప్పాడు. ఆ కుర్రవాడి గుండె ఇప్పుడు విశ్వాత్మకు తిరిగి చేరిందని ఆ రసవాది అర్థం చేసుకున్నాడు.

"మరి ఇప్పుడు నేనేం చేయాలి?" కుర్రవాడు అడిగాడు.

"పిరమిడ్స్ దిశగా ప్రయాణం కొనసాగించు." రసవాది అన్నారు. "శకునాలను గుర్తించటం మర్చిపోకు. నీనిధి ఎక్కడ ఉన్నదో నీగుండె చెప్పగలదు."

"నేను ఇంకా తెలుసుకోవలసిన ఒక్క విషయమూ అదేనా?"

"కాదు." రసవాది చెప్పారు. "నువ్వు నేర్చుకోవలసింది ఇది: నీ కల

నిజం అయ్యేలోగా ఈ విశ్వాత్మ నువ్వు దారిలో నేర్చుకున్న ప్రతి ఒక్క విషయమూ పరీక్షించుతుంది. ఆ పరీక్ష విశ్వాత్మ దుర్మార్గం వల్ల కాదు. మన కలలను నిజం చేసుకోవడమే కాక, ఆ దారిన నేర్చుకున్నది అంతా క్షుణ్ణంగా తెలుసుకోవాలని దాని తాపత్రయం. ఆ క్షణంలోనే దాదాపు అందరూ అస్త్రసన్యాసం చేస్తారు. ఆ సందర్భాన్ని ఎడారి భాషలో "క్షితిజంలో ఖర్జూరపు చెట్లు కనబడుతున్న క్షణంలో వారు దాహంతో మరణిస్తారు." అంటారు.

"ప్రతి ఒక్క అన్వేషణ ఆరంభ అదృష్టంతో మొదలవుతుంది. విజేత విపరీత పరీక్షతో ప్రతి ఒక్క అన్వేషణ అంతం అవుతుంది."

ఆ కుర్రవాడికి తనదేశంలో వాడుకలో ఉన్నపాతసామెత గుర్తువచ్చింది: తెల్లవారబోయే ముందు రాత్రి కటిక చీకటిగా ఉంటుంది.

* * *

ప్రమాదం రాబోతున్నదనటానికి హెచ్చరికలు మర్నాడు స్పష్టంగా ఎదురయ్యాయి. సాయుధులైన ముగ్గురు కొండజాతి మనుషులు వారిని సమీపించి వాళ్లు అక్కడ ఏమి చేస్తున్నారని అడిగారు.

"నేను నా డేగతోపాటు వేటాడు తున్నాను." రసవాది సమాధానం చెప్పారు.

"మీ దగ్గర ఆయుధాలు ఉన్నాయేమో చూడాలి. మిమ్మల్ని సోదా చేయాలి." వారిలో ఒకరు అన్నారు.

రసవాది నిదానంగా కిందికి దిగారు. కుర్రవాడు ఆయనను అనుసరించాడు.

"మీ దగ్గర ఇంత డబ్బు ఎందుకు ఉన్నది?" ఆ కుర్రవాడి సంచి సోదాచేసిన మనిషి అడిగాడు.

"పిరమిడ్స్ చేరుకోవడానికి నాకు డబ్బు అవసరం." ఆ కుర్రవాడు జవాబు చెప్పాడు.

రసవాది సామాన్లు సోదాచేస్తున్న వ్యక్తి ద్రవంతోనిండిన ఒక గాజుసీసా, కోడిగుడ్డు కంటే కొద్దిగా పెద్దదైన పచ్చరంగు గాజు గుడ్డు చూశాడు.

"ఇది ఏమిటి" అతను అడిగాడు.

"అది పరుసవేది. రెండోది జీవామృతం. అది రసవాదుల అసమాన సృష్టి. ఆ జీవామృతం తాగిన వారు ఎన్నటికీ జబ్బు పడరు. ఆ పరుసవేది ఏ లోహాన్నయినా బంగారంగా మార్చివేస్తుంది."

ఆ అరబ్బులు ఆయననుచూసి నవ్వారు. రసవాది వారితో కలిసి నవ్వారు. ఆయన జవాబు వారికి పరిహాసంగా తోచింది. వారి సామాన్లు అన్ని తిరిగి ఇచ్చివేసి ఆ కుర్రవాడిని, రసవాదిని వారిదారిని వారిని పోనిచ్చారు.

"మీకు ఏమైనా నా పిచ్చెక్కిందా?" వాళ్లు కొంతదూరం వెళ్లిన తర్వాత ఆ కుర్రవాడు రసవాదిని అడిగాడు."అలా ఎందుకు చేశారు?"

"జీవితంలో సరళమైన ఒక పాఠం నీకు నేర్పడానికి." రసవాది జవాబు చెప్పారు. "నీలో అద్భుతమైన నిధులు దాగిఉన్నప్పుడు, వాటిని గురించి నీవు ఎదుటివారికి చెప్పటానికి ప్రయత్నిస్తే, సాధారణంగా వారు నిన్ను నమ్మరు."

వారు ఆ ఎడారి ప్రయాణం కొనసాగించారు. ఒక్కొక్క రోజు గడుస్తున్నకొద్దీ ఆ కుర్రవాడి హృదయం మరీ మరీ మౌనం పాటించ సాగింది. ఇప్పుడు అది గతాన్ని గురించి, భవిష్యత్తును గురించి ప్రశ్నలు అడగటం మానేసింది. ప్రస్తుతం ఎడారిని గురించి చింతించడంలో తృప్తి చెందుతున్నది. ఈ విశ్వాత్మనుంచి కుర్రవాడితోపాటు నేర్చుకోవటం మొదలు పెట్టింది. ఆ కుర్రవాడు, అతని గుండె ఆప్తమిత్రులు అయ్యారు. ఇప్పుడు వాళ్లు ఇద్దరూ ఒకరినొకరు మోసం చేసుకోలేని స్థితికి చేరుకున్నారు.

ఎడారి ప్రయాణంలో రోజులు భారంగా నిశ్శబ్దంగా గడుస్తున్నాయి. ఆ సమయంలో అతని గుండె మాట్లాడి అతనికి శక్తి కలిగించి, ప్రేరణ కలిగించాలి. అతని సుగుణాలు ఏమిటో ఆ కుర్రవాడికి అతని గుండె చెప్పింది. అదృష్టాన్ని వెతుక్కుంటూ పోవటానికి అతని దృఢనిశ్చయం, అందుకు గొర్రెలను వదిలివేసిన అతని ధైర్యం, గాజుసామాను షాపులో పనిచేసినప్పుడు అతని ఉత్సాహం అన్నీ గుర్తుచేసింది.

అంతకుముందు ఆ కుర్రవాడు ఎన్నడూ గమనించని మరొక విషయంకూడా అతనిగుండె అతనికి చెప్పింది. అతని వెనక ప్రమాదాలు దాక్కొని ఉన్నాయని, వాటిని అతను ఎన్నడూ చూడలేదని కూడా చెప్పింది. ఒకసారి ఆ కుర్రవాడు తండ్రి దగ్గర నుంచి ఒక రైఫుల్ తీసుకున్నాడు. దానివల్ల అతనికి ప్రమాదం జరగవచ్చు. కనుక అతని గుండె దానిని దాచివేసింది. పొలాలలో ఉన్నప్పుడు ఒకసారి ఒంట్లో బాగాలేక ఆ కుర్రవాడు వాంతి చేసుకున్నాడు. ఆ

తర్వాత అతను గాఢంగా నిద్ర పోయాడు. దూరాన ఇద్దరు దొంగలు అతనిని హత్య చేసి, గొర్రెలు దొంగిలించాలని పథకం వేసుకున్నారు. కానీ ఆ కుర్రవాడు వాళ్లను దాటలేదు కనుక, అతను తన బాట మార్చుకున్నాడు అని అనుకొని వారు అక్కడి నుంచి వెళ్లిపోయారు. ఈ సంఘటన గుండె అతనికి గుర్తు చేసింది.

"ఒక వ్యక్తి హృదయం అతనికి ఎప్పుడూ సహాయం చేస్తూనే ఉంటుందా?" ఆ కుర్రవాడు రసవాదిని అడిగాడు.

"తమ అదృష్టాన్ని వెతుక్కుంటూ బయలుదేరినవారికి తప్పకుండా సహాయం చేస్తాయి. అవి చిన్న పిల్లలకు, తాగుబోతులకు, వయోవృద్ధులకుకూడా సహాయం చేస్తాయి."

"అంటే నాకు ఎప్పుడూ అపాయం కలగదా?"

"అంటే గుండె తాను చేయగలిగినది అంతా చేస్తుంది." రసవాది చెప్పారు.

మధ్యాహ్నం వాళ్లు ఒక కొండజాతి మకాము మీదుగా వెళ్లారు. ఆ మకాం నాలుగు వైపులా అందమైన తెల్లటి దుస్తులలో సాయుధుల యిన అరబ్బులు సావధానంగా ఉన్నారు. వాళ్లు తమ హుక్కాలు పీల్చుతూ తమ యుద్ధాలలో అనుభవాలు ఒకరికొకరు చెప్పుకుంటున్నారు. ఈ ఇద్దరు ప్రయాణికులను గురించి వాళ్లు ఎవరూ పట్టించుకోలేదు.

"ఇక్కడ ప్రమాదం ఏమీ లేదు." మకాం దాటిన తర్వాత ఆ కుర్రవాడు అన్నాడు.

రసవాది గొంతులో కోపం ధ్వనించింది. "నీ గుండెను నమ్ము. కానీ నువ్వు ఎడారిలో ఉన్న విషయం మాత్రం ఎన్నటికీ మరచిపోకు. మనుషులు ఒకరితో ఒకరు పోరాడుతున్నప్పుడు ఈ విశ్వాత్మ భీషణ రణఘోష వింటుంది. ఈ భూమిమీద జరుగుతున్న ప్రతిఒక్క సంఘటన ఫలితమూ అందరూ అనుభవించి తీరవలసిందే."

అంతా ఒకటేనని ఆ కుర్రవాడి ఆలోచన. రసవాది చెప్పింది నిజమేనన్నట్లు వారి వెనక గుర్రపు సవారీ చేస్తున్న ఇద్దరు వ్యక్తులు ప్రత్యక్షమయ్యారు.

"మీరు ఇక ముందుకు వెళ్ళడానికి వీలులేదు." వారిలో ఒకరన్నారు. "మీరు ఇప్పుడు కొండ జాతుల పోరాటం జరుగుతున్న ప్రాంతంలో ఉన్నారు."

"నేను ఎంతో దూరం వెళ్లటం లేదు." రసవాది అన్నారు ఆ రౌతు కళ్ళలోకి సూటిగా చూస్తూ. వాళ్లు ఇద్దరూ ఒక్క క్షణం మౌనం వహించారు. ఆ తర్వాత ఆ కుర్రవాడు, రసవాది తమదారిన వెళ్ళవచ్చునని చెప్పితప్పుకున్నారు.

ఆ సంభాషణ ఆ కుర్రవాడిని తన్మయుడిని చేసింది. "ఒక్క చూపుతో మీరు ఆ రౌతును కట్టివేశారు." అన్నాడతను.

"నీ కళ్ళలో నీ ఆత్మస్థైర్యం కనబడుతుంది." అన్నారు రసవాది.

అది నిజమేనని ఆ కుర్రవాడి ఆలోచన. ఇందాకటి ఆ మకాంలో అంతమంది సాయుధుల మధ్య ఒక వ్యక్తి తమఇద్దరినీ కన్ను ఆర్పకుండా నిశితంగా చూశాడన్న విషయం ఆ కుర్రవాడు గమనించాడు. అతను చాలాదూరాన ఉండటంచేత అతని ముఖం సరిగా కనిపించలేదు. కానీ ఆయన తమనే చూస్తున్నాడని అతనికి బాగా తెలుసు.

దూరాన కనిపించే పర్వతశ్రేణి అంతా దాటిన తర్వాత, పిరమిడ్లు మరి రెండు రోజులలో చేరుతారని రసవాది చెప్పారు.

"త్వరలో మన దారులు వేరవుతాయేమో." ఆ కుర్రవాడు అన్నాడు. "రసవాదం గురించి నాకు నేర్పండి."

"రసవాదం నీకు ఈ పాటికే తెలుసు. ఈ విశ్వాత్మలో చొరబడి నీనిధిని కనుక్కోవడమే రసవాదం."

"నా ఉద్దేశం అదికాదు. నేను చెబుతున్నది సీసాన్ని బంగారంగా మార్చటం గురించి."

ఎడారిలాగా రసవాది కూడా మౌనం వహించారు. భోజన సమయానికి ఆగినప్పుడే ఆయన నోరు తెరిచారు.

"ఈ ప్రపంచంలో ప్రతి ఒక్క వస్తువూ పరిణితి చెందుతుంది." ఆయన అన్నారు. "వివేచానాపరుల దృష్టిలో బంగారం అన్నిటికంటే పరిణతి చెందిన లోహం. ఎందుకు అని నన్ను అడగకు. ఎందుకో నాకు తెలియదు. సంప్రదాయమే సబబు అని మాత్రమే నాకు తెలుసు.

"వివేచనా పరులను మామూలు మనుషులు ఎప్పుడూ అర్థం చేసుకోలేదు. కనుక పరిపక్వతకు చిహ్నంగా ఉండటానికి బదులు, బంగారం కలహాలకు మూలం అయింది."

"ఈ ప్రపంచంలో వస్తువులు అనేక భాషలు మాట్లాడుతాయి" కుర్రవాడు అన్నాడు. "ఒక నాడు ఒంటె అరుపు నాకు కేవలం ఒంటె అరుపుగానే ఉండేది. కొంతకాలం అది ప్రమాదానికి సూచన అయింది. చివరికి మళ్లీ అది కేవలం ఒక అరుపు మాత్రమే అయింది."

అక్కడితో ఆగాడు. రసవాదికి బహుశా అంతా తెలుసునేమో.

"అసలైన రసవాదులను నేను ఎరుగుదును." రసవాది చెప్పసాగారు. "వాళ్లు తమ ప్రయోగశాలలో తాళాలు వేసుకుని కూర్చుని బంగారంలాగా పరిణతి చెందడానికి ప్రయత్నం చేశారు. అప్పుడు వారు పరుసవేది కనుక్కున్నారు. ఒక వస్తువు పరిణతి చెంద కలిగితే, దారి చుట్టూ ఉన్న ప్రతి ఒక్కటి కూడా పరిణతి చెందుతుందని వారు అర్థం చేసుకున్నారు.

"మిగిలినవారు యాదృచ్ఛికంగా పరుసవేది తెలుసుకున్నారు. వారిలో ఆ గుణం అప్పటికే ఉన్నది. మిగిలిన వారికంటే వారి ఆత్మలు అటువంటి సంఘటనలకు సిద్ధంగా ఉన్నాయి. కానీ వారు లెక్కలోకి రారు. వారు చాలా అరుదైన వ్యక్తులు.

"ఇంకా మిగిలిన వారు. వారి ఆసక్తి అంతా బంగారం మీదనే. ఆ రహస్యం వారికి ఎన్నటికీ తెలియలేదు. సీసము, రాగి, ఇనుము అన్నిటికీ వాటి విధులు ఉన్నాయి అన్న విషయం వారు మర్చి పోయారు. మరొకరి అదృష్టంలో వేలుపెట్టిన వారికి తమ అదృష్టం ఎన్నటికీ తెలియదు."

ఆ రసవాది మాటలు ఒక శాపంలాగా ధ్వనించాయి. ఆయన ముందుకు వంగి నేలమీదినుంచి ఒక గవ్వ చేతిలోకి తీసుకున్నారు.

"ఈ ఎడారి ఒకనాడు ఒక సముద్రం." ఆయన అన్నారు.

"ఆ విషయం నేను గమనించాను." కుర్రవాడు జవాబు చెప్పాడు.

ఆ గవ్వ చెవిదగ్గర పెట్టుకోమని రసవాది కుర్రవాడికి చెప్పారు. చిన్నతనంలో అతను చాలాసార్లు అలా చేసాడు. అప్పుడు సముద్రపు హోరు వినబడుతుంది.

"ఆ సాగరం ఈ గవ్వలో జీవిస్తున్నది. అదే దాన్ని జాతకం. ఎడారి అంతా జలమయం అయ్యే వరకు అది అలా చేయటం మానదు."

వాళ్లు గుర్రాలు ఎక్కి ఈజిప్ట్ పిరమిడ్స్ దిశగా ప్రయాణం సాగించారు.

* * *

సూర్యాస్తమయం అవుతున్నది. ఆ కుర్రవాడి గుండె ప్రమాదం రాబోతున్నదని హెచ్చరించింది. వాళ్ళచుట్టూ పర్వతాల పరిమాణంలో ఇసుక తిన్నెలు ఉన్నాయి. ఆ రసవాదికి ఏమైనా హెచ్చరిక కలిగిందేమోనని ఆ కుర్రవాడు ఆయన వైపు చూశాడు. కానీ ఆయనకు ఏ ప్రమాదాన్ని గురించి ఏమీ తెలిసినట్లు లేదు. ఐదు నిమిషాల తర్వాత వారిఎదురుగా కొంతదూరంలో ఇద్దరు మనుష్యులు గుర్రాలమీద వేచిఉన్నట్టు దర్శనం ఇచ్చారు. అతను నోరుతెరిచి రసవాదికి ఏదో చెప్పబోయేలాగా ఇద్దరు రౌతులు పదిమంది అయ్యారు. ఆ తర్వాత 100 మంది అయ్యారు. మరు నిమిషం ఆ ఇసుక తిన్నెల మీద సర్వత్రా వారు వ్యాపించి పోయారు.

ఈ కొండజాతులు నీలంరంగు దుస్తులలో ఉన్నారు. వారి తలపాగల మీద నల్లరంగు చక్రాలు ఉన్నాయి. వారి ముఖాలు నీలిరంగు ముసుగు వెనక దాగివున్నాయి. వారి కళ్ళుమాత్రమే కనబడుతున్నాయి.

దూరాన్నుంచికూడా వారికళ్ళు వారి ఆత్మశక్తిని తెలియ జేస్తున్నాయి. వారి కళ్లలో మరణం ప్రతిఫలిస్తున్నది.

* * *

వారి ఇద్దరిని ఒక సైనికస్థావరానికి తీసుకువెళ్లారు. ఒక సైనికుడు ఆ కుర్రాడ్ని, రసవాదిని, ఒక గుడారంలోకి తోసాడు. అక్కడ ఆజాతి నాయకుడు తన పరి వారంతో సమావేశమై ఉన్నాడు.

“వీరే ఆ గూఢచారులు.” వారిలో ఒకరు అన్నారు.

“మేము కేవలం యాత్రికులం.” అన్నారు రసవాది.

“మూడురోజుల క్రితం మీరు శత్రువుల స్థావరంలో కనిపించారు. మీరు ఆ సైన్యంలో ఒకరితో మాట్లాడుతున్నారు.”

“నేను కేవలం ఎడారిలో తిరుగుతుంటాను. నాకు నక్షత్రాల గురించి కొద్దిగా తెలుసు.” రసవాది అన్నారు. “సైన్యాలను గురించి గాని, కొండజాతుల కదలిక గురించిగాని మాకు ఏమీ తెలియదు. మా స్నేహితుడికి నేను కేవలం దారి చూపుతున్నాను.”

“ఎవరు మీ స్నేహితుడు?” ఆ నాయకుడు అడిగాడు.

“రసవాది.” రసవాది అన్నారు. “అతనికి ప్రకృతి శక్తుల గురించి తెల

ుసు. అతను తన అసాధారణ శక్తులు మీకు ప్రదర్శించాలని అనుకుంటున్నాడు."

ఆ కుర్రవాడు భయంగానే మౌనంగా విన్నాడు.

"విదేశీయుడికి ఇక్కడ ఏం పని?" మరొక వ్యక్తి అడిగాడు.

"ఈ కొండజాతికి కొంత డబ్బు ఇవ్వాలని వచ్చాడు." అన్నారు రసవాది ఆ కుర్రవాడు నోరుతెరిచే లాగా. ఆ కుర్రవాడు చేతిలో సంచీ తీసుకొని రసవాది అందులోని బంగారునాణాలు ఆ నాయకుడికి ఇచ్చారు. మరొక మాట లేకుండా ఆ నాయకుడు ఆ నాణేలు స్వీకరించాడు. వాటితో చాలా ఆయుధాలు కొనవచ్చు.

"రసవాది అంటే ఏమిటి?" చివరికి అతను అడిగాడు.

"ప్రకృతిని, ప్రపంచాన్ని అర్థం చేసుకున్న వ్యక్తి. అతను తలుచుకుంటే గాలి దుమారంతో ఈ స్థావరాన్ని ధ్వంసం చేయగలడు."

అక్కడ ఉన్నవారంతా నవ్వారు. వారందరికీ యుద్ధం కలిగించే దారుణాలు తెలుసు. గాలి ప్రాణాంతక శక్తి కాదని కూడా వారికి తెలుసు. కానీ వారందరికీ గుండె వేగం పెరిగింది. వాళ్లంతా ఎడారి మనుషులు. వాళ్లకి మంత్రవేత్తలంటే భయం.

"ఏదీ, చెయ్యమనండి చూద్దాం." నాయకుడు అన్నాడు.

"అందుకు మూడు రోజులు కావాలి." రసవాది చెప్పారు. "తన శక్తులు ప్రదర్శించటానికి అతను గాలిగా మారబోతున్నాడు. అతను అలా చేయలేకపోతే మీజాతి గౌరవార్థం మా ప్రాణాలు అర్పించుతాం."

"నా చేతిలో ఉన్నది మీరు నాకు ఇచ్చేది ఏమిటి?" ఆ నాయకుడు గర్వంగా అన్నాడు. అయినా ఆయన మన ప్రయాణీకులకు మూడురోజులు గడువు ఇచ్చాడు.

ఆ కుర్రవాడు భయంతో వణికిపోతున్నాడు. రసవాది అతనిని బయటికి తీసుకువచ్చాడు.

"మనం భయపడినట్లు వాళ్లకు కనిపించకూడదు." అన్నారు రసవాది. "వాళ్లంతా ధీరులు. పిరికితనాన్ని ఏవగించుకుంటారు."

కానీ ఆ కుర్రవాడికి నోటమాట రావడం లేదు. ఆ స్థావరం దాటిన తర్వాతే అతనినోరు పెగిలింది. వాళ్లని చెరపెట్టవలసిన అవసరం లేదు. ఆ అరబ్బులు వీరి గుర్రాలను తీసేసుకున్నారు. అంతే. మరొకసారి ఈ ప్రపంచం

తన విభిన్న భాషలను ప్రదర్శించింది. కొద్దిక్షణాల క్రితం ఈ ఎడారి అపారము, అనంతము స్వేచ్ఛాయుతము. కానీ ఇప్పుడు అదే అభేద్యమైన కోటగోడ అయింది.

"నాదగ్గర ఉన్నదంతా మీరు వారికి ఇచ్చేశారు." ఆ కుర్రవాడు అన్నాడు. "నా జీవితమంతా కూడబెట్టిన సొమ్ము సర్వం."

"నువ్వు చనిపోతే అది ఎందుకు పనికి వస్తుంది?" రసవాది సమాధానం. "నీ సొమ్ము మనకు మూడురోజుల ప్రాణభిక్ష పెట్టింది. డబ్బు మనిషి ప్రాణాలు కాపాడటం సాధారణంగా జరగదు."

అమిత భయంలో ఆ కుర్రవాడికి వివేచనామయమైన ఆమాటలు చెవికెక్కలేదు. తనను తాను గాలిగా ఎలా మార్చుకోబోతున్నాడో అతనికి అంతుపట్టలేదు. తను రసవాది కాదుగదా!

ఆ రసవాది సైనికులలో ఒకరిని టీ కోసం అడిగారు. అందులో కొంత టీ ఆ కుర్రవాడి మణికట్టు మీద పోసారు. ఆ కుర్రవాడికి ఎంతో ఊరట కలిగింది. రసవాది ఏవో కొన్నిపదాలు ఉచ్చరించారు. ఆ కుర్రవాడికి అవి ఏ వీఅర్థం కాలేదు.

"భయపడబోకు." అతి మృదువైన స్వరంలో రసవాది అన్నారు. "భయపడితే నీగుండెతో మాట్లాడలేవు."

"కానీ నన్ను నేను గాలిగా మార్చుకోవటం ఎలాగో నాకు తెలియదు."

"విధి ననుసరించి జీవించే వ్యక్తికి అవసరమైంది అంతా తెలుస్తుంది. ఒక కలను సాకారం చేసుకోటానికి అడ్డుపడేది ఒకే ఒకటి: భంగపాటును గురించిన భయం."

"భంగపాటుకు నేను భయపడటం లేదు. నేను గాలిగా మారటం ఎలాగో తెలియదన్నదే చింత."

"నువ్వు నేర్చుకోవాలి. తప్పదు. ఇది చావు బతుకుల సమస్య."

"నేర్చుకోలేకపోతే?"

"నీ నిధిని సాధించే ప్రయత్నంలో చనిపోతావు. తమ విధి ఏమిటో తెలియక రోజూ లక్షలాదిమంది చనిపోతూ ఉంటారు. దానికంటే ఇది ఎంతో నయం.

"కానీ కంగారు పడకు." రసవాది చెప్పసాగారు."మరణ భయం కలిగి నప్పుడు జనం జీవితాన్ని గురించి పూర్తిగా మేల్కొంటారు."

మొదటి రోజు గడిచింది. దగ్గరిలో ఒక యుద్ధం జరుగుతున్నది. గాయపడిన అనేకమందిని సైనిక స్థావరానికి తీసుకువచ్చారు. చనిపోయినవారి బదులు మళ్లీ సైనికులను పంపారు. జీవితం కొనసాగింది. మరణంవల్ల ఏ మీమారబోదు – కుర్రవాడి ఆలోచన.

"నువ్వు ఇప్పుడు చనిపోయి ఉండవలసింది కాదు." ఒక సైనికుడు తన సహచరుడి మృతదేహంతో అంటున్నాడు. "శాంతి ప్రకటించిన తర్వాత చనిపోయి ఉండవలసింది. ప్చ్. ఎప్పుడైనా చావవలసిందేగదా!"

ఆరోజు సాయంత్రం ఆ కుర్రవాడు రసవాదిని వెతుకుతూ బయల ుదేరాడు. రసవాది తనదేగతో ఎడారిలోకి వెళ్ళాడు.

"గాలిగా మారటం ఎలాగో నాకు ఇంకా తెలియలేదు." ఆ కుర్రవాడు మళ్లీ అన్నాడు.

"నేను చెప్పింది గుర్తుంచుకో: దేవుడి అంశలో కంటికి కనిపించేది ఈ ప్రపంచం ఒకటే. రసవాదం ఆధ్యాత్మిక పరిపూర్ణతను భౌతికస్థాయితో చేయికలిపిస్తుంది."

"మీరు ఏం చేస్తున్నారు?"

"నా దేగకు తిండి పెడుతున్నాను."

"నేను గాలిగా మారలేకపోతే మనం చనిపోబోతున్నాము." ఆ కుర్రవాడు అన్నాడు. "ఇక మీ దేగను మేపటం ఎందుకు?"

"ఒకవేళ చనిపోవటం అంటూ జరిగితే అది నీకే." రసవాది అన్నారు. "నేను గాలిగా ఎలా మారాలో నాకు తెలుసు."

* * *

రెండవ రోజున ఆ కుర్రవాడు ఆ స్థావరంలో ఒక గుట్ట ఎక్కాడు. కాపలావాళ్లు అతనిని అడ్డుపెట్టలేదు. అతను తనను తాను గాలిగా మార్చుకోగల మంత్రగాడని వాళ్లు అప్పటికే విన్నారు. కనుక వాళ్లు అతని దగ్గరికి వెళ్లడానికి ధైర్యం చేయలేదు. ఏది ఏమైనా ఈ ఎడారి దాటటం అసంభవం.

రెండోరోజున అపరాహ్ణం అంతా ఎడారి చూస్తూ, తన గుండెభాష వింటూ గడిపాడు. ఈ ఎడారి తన భయాన్ని వాసన పట్టింది అని అతనికి తెలిసిపోయింది.

వారిద్దరి భాష ఒకటే.

* * *

మూడవరోజున ఆ నాయకుడు తన కార్యకర్తలతో సమావేశం అయ్యాడు. అతను రసవాదిని ఆ సమావేశానికి ఆహ్వానించాడు. "తనను గాలిగా మార్చుకోగల ఆ కుర్రవాణ్ణి చూద్దాం పదండి." అన్నాడు.

"పదండి."రసవాది అన్నారు.

ఆ కుర్రవాడు వారందరిని ఆ క్రితంరోజు తనునుంచున్న గుట్ట దగ్గరి కి తీసుకు వెళ్ళాడు. అందరినీ కూర్చోమన్నాడు.

"దీనికి కొంత సమయం పడుతుంది." అన్నాడు.

"మాకేమీ తొందర లేదు." ఆ నాయకుడు అన్నాడు. "మేము ఎడారి మనుషులం."

ఆ కుర్రవాడు దిగంతాన్ని చూస్తున్నాడు. దూరాన పర్వతాలు ఉన్నాయి. బ్రతకటం అసాధ్యం అనిపించిన చోట ఇసుకతిన్నెలు, రాళ్ళు, మొక్కలు, చెట్లు బతుకుతూనే ఉన్నాయి. ఈ ఎడారిలోనే తను ఇంత కాలము తిరుగుతున్నాడు. ఇంతకాలం తిరిగినా ఎడారిలో చాలా చిన్నభాగం మాత్రమే అతనికి తెలిసింది. ఆ చిన్నభాగంలో అతను ఇంగ్లీష్ వ్యక్తిని, బిడారాలు, జాతిపోరాటాలతో పాటు యాభైవేల ఖర్జూరపుచెట్లు, మూడువందల బావులు ఉన్న ఒయాసిస్ కూడా చూశాడు.

"ఇవాళ ఇక్కడ నీకు ఏం కావాలి?" ఎడారి అతనిని అడిగింది."నన్ను చూస్తూ నిన్న చాలాకాలం గడిపావు కదా!"

"నేను ప్రేమించిన వ్యక్తిని నువ్వు ఒకచోట ఉంచావు." ఆ కుర్రవాడు అన్నాడు. "నిన్ను చూస్తున్నప్పుడు నేను ఆమెనుకూడా చూస్తున్నాను. నేను తిరిగి ఆమెదగ్గరికి వెళ్ళాలి. నేను గాలిగా మారి పోవాలి. అందుకు నీ సహాయం కావాలి."

"ప్రేమ అంటే ఏమిటి?" ఎడారి అడిగింది.

"ప్రేమ అంటే నీ ఇసుకతిన్నెల మీదుగా డేగలు ఎగరటం. దానికి నువ్వే ఒక పచ్చని పొలానివి. అక్కడ దానికి ఎప్పుడూ ఆహారం దొరుకుతుంది. మీ రాళ్లు, రప్పలు, ఇసుకతిన్నెలు, కొండలు దానికి బాగా తెలుసు. దానికి నీ ఉదారత చూపిస్తావు."

"ఆ డేగముక్కులో నా అంశ, నేను ఉన్నాం." ఎడారి చెప్పింది. "సంవత్సరాల తరబడిగా నేను నా దగ్గరఉన్న కొద్దినీటితో దానిఆహారాన్ని భద్రపరుస్తున్నాను. అది ఎక్కడ ఉన్నదో దానికి చూపుతాను. దాని ఆహారం నామీద బతుకుతున్నది అన్నవిషయం నేను ఆలోచించి ఆనందించుతుండగా డేగ ఆకాశంలో ఎక్కడినుంచో వచ్చి, నేను సృష్టించి భద్రపరిచిన ఆహారాన్ని ఎగరవేసుకు పోతుంది."

"ఆ తిండి తయారుచేసి నువ్వు భద్రపరచింది అందుకేకదా!" కుర్రవాడు అన్నాడు. "ఆ డేగను పోషించటానికి. అప్పుడు ఆ డేగ మనిషిని పోషిస్తుంది. చివరికి మనిషి నీ ఇసుకలను పోషిస్తాడు. అప్పుడు అక్కడ మళ్లీ ఆహారం పుట్టిపెరుగుతుంది. ఈ లోకంతీరు అంతేకదా."

"ప్రేమ అంటే అదా?"

"అవును. ప్రేమ అంటే అదే. ఆహారాన్ని డేగగాను, డేగను మనిషిగాను, మనిషిని ఎడారిగాను మార్చేది అదే. సీసాన్ని బంగారంగా, బంగారాన్ని మట్టిగాను మార్చేదికూడా అదే."

"నువ్వు చెప్పేది నాకు అర్థంకావడం లేదు." ఎడారి అన్నది.

"కనీసం నీ ఇసుకలో ఎక్కడో ఒకచోట నాకోసం ఒకయువతి కాచుకొని ఉన్నది అని నీకుతెలుసు కదా? అందుకే నేను గాలిగా మారిపోవాలి."

కొద్ది క్షణాల పాటు ఎడారి ఏమీ సమాధానం చెప్పలేదు.

అప్పుడు "నేను ఒక్కడినే ఏమీ చేయలేను. ఎగరవేయడానికి గాలికి నా ఇసుక ఇస్తాను. నువ్వు గాలిని సహాయం అడుగు."

"సన్నగా గాలి వీచటం మొదలైంది. కొండజాతివారు దూరంనుంచి ఆ కుర్రవాడిని గమనిస్తున్నారు. ఆ కుర్రవాడికి అర్థంకానిభాషలో వాళ్లు మాట్లాడుకుంటున్నారు.

రసవాది నవ్వుకున్నారు.

గాలి ఆ కుర్రవాడి ముఖాన్ని తాకింది. గాలికి అంతా తెలుసు. కనుక ఆ కుర్రవాడు ఎడారితో మాట్లాడిన మాటలు గాలికి తెలుసు. పుట్టినిల్లు, మహాప్రస్థానం అనేది లేకుండా గాలులు ప్రపంచమంతటా వీస్తూనే ఉంటాయి.

"నాకు సహాయం చెయ్యి." ఆ కుర్రవాడు అన్నాడు. "ఒకనాడు నా ప్రియురాలి స్వరాన్ని నాకు చేర్చావు."

"ఈ ఎడారిభాష, గాలిభాష మాట్లాడటం నీకు ఎవరు నేర్పారు?"

"నా గుండె." ఆ కుర్రవాడు సమాధానం చెప్పాడు.

గాలికి చాలాపేర్లు ఉన్నాయి. ఆ ప్రాంతంలో గాలి సముద్రం నుంచి తేమను తూర్పుకు తీసుకు వస్తుంది కనుక దానిని సిరోకో అని పిలుస్తారు. దూరాన ఉన్న ఆ కుర్రవాడి స్వస్థలంలో దానిని లెవాన్టర్ అని పిలుస్తారు. ఎందుకంటే ఆగాలి తనతోపాటు ఎడారి ఇసుకను, మూరిష్ పోరాటాల ఆర్తనాదాలను తీసుకువస్తుందని అక్కడివారి నమ్మకం. అతని గొర్రెలు మేసే బీళ్లకు దూరానఉన్న ప్రాంతాలవారు ఆగాలి ఆండలూసియానుంచి వస్తున్నదని అనుకుంటారు బహుశా. కానీ నిజానికి గాలి ఎక్కడినుంచీ రాదు, ఎక్కడికీ పోదు. కనుకనే అది ఎడారికంటే బలమైనది. ఏదో ఒకనాడు ఎవరైనా ఎడారిలో మొక్కలు పాతవచ్చు. అక్కడే గొర్రెలనుకూడా పెంచవచ్చు. కానీ గాలిని మాత్రం ఎన్నటికీ బంధించలేరు.

"నువ్వు గాలివి కాలేవు." గాలి అన్నది. "మనమిద్దరమూ భిన్న పదార్థాలం."

"అది అబద్ధం." ఆ కుర్రవాడు చెప్పాడు. "మా ప్రయాణంలో నేను రసవాది రహస్యాలు నేర్చుకున్నాను. గాలి, ఎడారులు, సముద్రాలు, నక్షత్రాలు, ఇంకా ఈ విశ్వంలో సృష్టి అయిన ప్రతి ఒక్క వస్తువు నాలోనే ఉన్నాయి. మన అందరినీ సృష్టించింది ఒకే హస్తం. మన అందరి ఆత్మ ఒక్కటే. నేను నీలాగా అయి ఈ ప్రపంచంలో అన్నిదిక్కులా చేరాలి, సముద్రాలు దాటాలి, నిధిని కప్పి ఉంచిన ఇసుకలు చెదరకొట్టాలి. నేను ప్రేమించే యువతి స్వరం మోసుకు రావాలి."

"ఆనాడు రసవాదితో మీ సంభాషణ విన్నాను." అన్నది గాలి. "ప్రతి వస్తువుకు ఒక విధి ఉన్నది అని ఆయన చెప్పారు. కానీ మనుషులు గాలిగా మారలేరు."

"కొద్దిక్షణాలపాటు గాలిగా ఉండటం ఎలాగో నాకు నేర్పు." ఆ కుఱ్ఱవాడు అన్నాడు. "అప్పుడు నువ్వు, నేను మనుషులకు, గాలులకు ఉన్న అపారమైన సాధ్యాసాధ్యాలను గురించి మాట్లాడుకోవచ్చు."

"గాలి కుతూహలం పెరిగింది. అంతకుముందు ఎన్నడూ అలా జరగలేదు. కుఱ్ఱవాడు చెప్పిన విషయాలను గురించి మాట్లాడాలని దానికి ఆసక్తి ఉన్నది. కానీ మనిషిని గాలిగా మార్చడం ఎలాగో దానికి తెలియదు. దానికి ఎన్ని విషయాలు తెలుసునో చూడు. అది ఎడారులు సృష్టించింది. ఓడలను ముంచివేసింది. అరణ్యాలను పూర్తిగా కూల్చి వేసింది. సంగీతం, వింత శబ్దాలతో నిండి ఉన్న నగరాలలో వీచింది. తనకు హద్దు అంటూ లేదని దాని అనుభూతి. కానీ గాలి చెయ్యగలిగిన పనులు ఇంకాఉన్నాయని ఈ కుఱ్ఱవాడు చెబుతున్నాడు.

"దానిని మేము ప్రేమ అంటాం." తను అడిగినది గాలి ఇవ్వబోతున్నదని గ్రహించిన కుఱ్ఱవాడు అన్నాడు."నిన్ను ఎవరైనా ప్రేమించితే, నువ్వు ఈ సృష్టిలో ఏదైనా చేయగలవు. అంతా నీలోనే జరుగుతుంది కనుక, ఏమి జరుగుతున్నదోనని అర్థం చేసుకోవాల్సిన అవసరం లేదు. కనుక గాలి సహాయం చేస్తే మనుషులుకూడా గాలిగా మారగలరు."

గాలి గర్వపోతు. కుఱ్ఱవాడు చెబుతున్నది వింటూఉంటే, దానికి చిఱ్రెత్తుతున్నది. ఎడారిలో ఇసుకను లేపుతూ అది గట్టిగా వీచటం మొదలు పెట్టింది. ప్రపంచమంతా తిరిగిఉన్నా కూడా తనకు మనిషిని గాలిగా మార్చటం ఎలాగో తెలియదని గ్రహించింది. అంతేకాక దానికి ప్రేమ అంటే ఏమీటో తెలియదు.

"ప్రపంచమంతా తిరుగుతున్నప్పుడు ప్రేమను గురించి మాట్లాడటం, తలపైకెత్తి ఆకాశంవైపు చూడడం నేను తరుచూ గమనించాను." అన్నది. కొన్ని విషయాలు తనకు తెలియవు అని ఒప్పుకోవటానికి దానికి చాలా చిరాకుగా ఉన్నది. "ఆ విషయం స్వర్గాన్ని అడిగితే మేలేమో."

"సరే. అయితే ఆ పనిలో నాకు కొంచెం సాయం చెయ్యి."ఆ కుఱ్ఱవాడు అడిగాడు. "సూర్యుడు కూడా కనపడకుండా పోయేటంత గాలిదుమారం ఇక్కడ సృష్టించు. అప్పుడు నేను తల పైకెత్తి స్వర్గాన్ని చూడగలుగుతాను."

అంతే. గాలి తన శక్తికొద్దీ వీచింది. ఆకాశమంతా ఇసుకతో నిండిపోయింది. సూర్యుడు ఒక బంగారు రంగు పళ్లెంలా మారిపోయాడు.

ఆ స్థావరంలో ఏదీ కనపడకుండా పోయింది. ఎడారి మనుషులకు ఆ గాలిని గురించి తెలుసు. దాన్ని వారు సిముం అని పిలుస్తారు. అది సముద్రంలో తుఫానుకంటే తీవ్రమైంది. వారి గుర్రాలు అన్నీ సకిలించాయి. వాళ్ళ ఆయుధాలు అన్నీ ఇసుకతో నిండిపోయాయి.

మెరకమీద ఉన్న సేనాని ఒకరు నాయకుడి వైపు తిరిగి " ఇది ఇంతటితో ముగించితే మంచిదేమో." అన్నాడు.

కుర్రవాడు కనబడటం లేదు. వారి ముఖాలు నీలపు బట్టలతో మూసుకుపోయాయి. వాళ్ల కళ్లలో భయం తాండవమాడింది.

"ఇంతటితో ఆపుదాం." మరొక సేనాని అన్నాడు.

"నేను అల్లా ఘనతను దర్శించాలి." వాళ్ల నాయకుడు అన్నాడు. "మనిషి గాలిగా ఎలా మారుతాడో నేను చూడాలి."

కానీ భయం కనపరిచిన ఆ ఇద్దరి మనుషుల పేర్లు ఆయన మనసులోనే గుర్తుపెట్టుకున్నాడు. ఈ గాలి ఆగినవెంటనే, వారిద్దరినీ ఉద్యోగంలోనుంచి తీసివేయబోతున్నాడు. ఎందుకంటే అసలైన ఎడారి మనుషులు భయపడకూడదు.

"ప్రేమ అంటే ఏమిటో నీకు తెలుసు. కానీ నాకు గాలి చెప్పింది." సూర్యుడితో ఆ కుర్రవాడు అన్నాడు. "ప్రేమ అంటే ఏమిటో నీకు తెలిస్తే, నీకు ఈ విశ్వాత్మను గురించి కూడా తెలిసి ఉండాలి. ఎందుకంటే అది ప్రేమలోపుట్టి ప్రేమలో పెరిగింది."

"నేను ఉన్నచోటి నుంచి" సూర్యుడు అన్నాడు. "విశ్వాత్మను చూడగలను. అది నా ఆత్మతో మాట్లాడుతుంది. ఇద్దరమూ కలిసి మొక్కలు పెరగటానికి, గొర్రెలు నీడ వెతకటానికి మూలం అవుతాము. నేను ఉన్నచోటి నుంచి - భూమినుంచి నేను చాలాదూరంలో ఉన్నాను- ప్రేమించడం ఎలాగో నేర్చుకున్నాను. నేను భూమికి ఏమాత్రం చేరువగా వచ్చినా అక్కడ ఉన్నది అంతా చచ్చిపోతుందని నాకు తెలుసు. అప్పుడు ఆ విశ్వాత్మ ఇక ఉండదు. కనుక మేము ఒకరిని గురించి ఒకరం ఆలోచిస్తాం. మేమిద్దరము ఒకరికి ఒకరం కావాలి. నేను దానికి ప్రాణాన్ని, వెచ్చదనాన్ని ఇస్తాను. అది నా బతుకుకు పరమార్థం కలిగిస్తుంది."

"అంటే ప్రేమ అంటే ఏమిటో నీకు తెలుసన్నమాట."

"ఈ విశ్వాంతరాళంలో మేము నిరంతరం తిరుగుతూ ఉన్నాము.

కనుక ఒకరితో ఒకరం సుదీర్ఘంగా మాట్లాడుకుంటాం. కనుక నాకు విశ్వాత్మ అంటే ఏమిటో బాగాతెలుసు. అన్ని ఒకటే అని ఇప్పటివరకు ఖనిజాలు, కూరగాయలకు మాత్రమే తెలుసు. అన్నిటినీ మించి అదే తన సమస్య అని విశ్వాత్మ చెబుతుంది. ఇనుము, రాగిలాగా ఉండవలసిన అవసరం లేదు. అలాగే రాగి బంగారంలాగా ఉండవలసిన అవసరం కూడా లేదు. ప్రతి ఒక్కటీ తన ప్రత్యేకతను అనుసరించి తనవిధి తాను నిర్వర్తించుతూ పోతుంది. ఇదంతా రచించిన ఆ హస్తం సృష్టి ఆరంభం అయిన ఐదవనాడు ఆగినట్లయితే అంతా ప్రశాంతమైన వాద్యగోష్ఠిగా ఉండేది.

"కానీ ఆరవరోజు కూడా ఉన్నది."

"నువ్వు చాలా వివేచనాపరుడివి. అంతదూరంనుంచి కూడా నువ్వు ఎంతోనిశితంగా గమనిస్తూ ఉన్నావు." ఆ కుర్రవాడు అన్నాడు. "కానీ మీకు ప్రేమనుగురించి తెలియదు. ఆరవరోజు లేకపోయి నట్లయితే మనిషి ఉండేవాడుకాదు. రాగి రాగి గానే ఉండేది.సీసం సీసంగానే ఉండేది. ప్రతి ఒక్కదానికి విధి ఉన్నమాట నిజం. కానీ ఏదో ఒకనాడు ఆ విధి గుర్తించాలి. ప్రతి ఒక్కవస్తువు ఇంకా మేలైన స్థితిలోకి మారి కొత్త విధిని సంపాదించాలి. ఈ విశ్వాత్మ అంతా ఒకటే అయ్యే వరకు అలా జరుగుతూనే ఉండాలి."

సూర్యుడు ఆ విషయం ఆలోచించాడు. ఇంకా తీవ్రంగా ప్రకాశించాలని నిర్ణయించుకున్నాడు. ఈ సంభాషణ విని ఆనందించుతున్న గాలి, సూర్యుడి వెలుగు ఆ కుర్రవాడి చూపుకు అడ్డుపడకుండా, ఇంకా జోరుగా వీచటం మొదలు పెట్టింది.

"రసవాదం ఉన్నది అందుకే." ఆ కుర్రవాడు చెప్పాడు. "అప్పుడు ప్రతి ఒక్కరూ తమనిధికోసం అన్వేషిస్తారు. కనుక్కుంటారు. ఆ తర్వాత అంతకుముందుకంటే మెరుగ్గా జీవించటానికి ప్రయత్నిస్తారు. ఈ ప్రపంచానికి అవసరం ఉన్నంతకాలం సీసం తనపాత్ర పోషిస్తుంది. ఆ తర్వాతసీసం బంగారంగా మారవలసిన సమయం వస్తుంది.

"రసవాదులు చేసేది అదే. మనం మేలైన స్థితికి చేరటానికి శ్రమించితే మన చుట్టూ ఉన్నది అంతా కూడా మెరుగవుతుంది."

"ఇంతకూ ప్రేమ అంటే నాకు తెలియదని ఎందుకు అన్నావు" సూర్యుడు కుర్రవాడిని అడిగాడు.

"ఎడారిలాగా స్థావరంగా ఉండటం ప్రేమకాదు. అలాగే గాలిలాగా ప్రపంచమంతా చుట్టిరావడంకూడా ప్రేమకాదు. నీలాగా దూరం నుంచి అంతా చూస్తూ కూర్చోవటం కూడా ప్రేమ కాదు. ప్రేమ అంటే ఈ విశ్వాత్మను మార్చి మెరుగు పరిచే శక్తి. మొదటిసారి నేను ఆ శక్తిని దర్శించినప్పుడు విశ్వాత్మ పరిపూర్ణం అని నేను అనుకున్నాను. కానీ అదికూడా మిగిలిన సృష్టి వంటిదే అని తరువాత గ్రహించాను. తన పాశాలు, పోరాటాలు తనకు ఉన్నాయి. ఈ విశ్వాత్మను పోషించేది మనమే. మనం ఉన్నత స్థాయికి ఎదుగుతామా, లేకపోతే అధోగతికి దిగుదామా అనే దానిని బట్టి ఈ ప్రపంచం ఉన్నత స్థితికి ఎదుగుతుంది లేదా అధోగతికి దిగుతుందా అనే విషయం ఆధారపడి ఉన్నది. ఇక్కడే ప్రేమ పాత్ర ప్రవేశిస్తుంది. మనకు ప్రేమ ఉంటే ప్రస్తుత స్థితి నుంచి ఉన్నత స్థితికి ఎదగటానికి నిరంతరం ప్రయత్నిస్తాము."

"అయితే నన్ను ఏం చేయమంటావు" సూర్యుడు అడిగాడు.

"నేను గాలిగా మారటానికి సహాయంచెయ్యి." కుర్రాడి సమాధానం.

"ఈ సృష్టిలో నేనే అత్యంత వివేచనాపరుడిని అని ప్రకృతికి తెలుసు." సూర్యుడు అన్నాడు. "కానీ నిన్ను గాలిగా మార్చడం ఎలాగో నాకుతెలియదు."

"మరి ఇంక ఎవరిని అడగను?"

సూర్యుడు ఒకక్షణం ఆలోచించాడు. గాలి నిశితంగా వింటున్నది. సూర్యుడికి కూడా పరిమితులు ఉన్నాయని వెంటనే ప్రపంచమంతా చాటింపు వేయాలని దానిఆరాటం. విశ్వభాష మాట్లాడుతున్న కుర్రవాడితో వ్యవహరించలేకుండా ఉన్నాడని నలుగురికి వెంటనే చెప్పాలి.

"అంతా రాసిపెట్టిన ఆ చేతిని అడుగు." సూర్యుడి సమాధానం.

గాలి ఆనందాతిరేకంలో కేకలు పెట్టింది. ఇంకా గట్టిగా వీచసాగింది. గుడారాల తాళ్ళు తెగి ఎగిరిపోసాగాయి. జంతువులు కట్టుతాళ్ళు తెగి పరిగెత్త సాగాయి. గుట్టమీద మనుషులు గాలికి ఎగిరిపోతామేమోనన్న భయంతో ఒకరి నొకరు గట్టిగా వాటేసుకున్నారు.

ఆ కుర్రవాడు అంతా లిఖించిన ఆహస్తంవైపు తిరిగాడు. అతను అలా తిరగగానే విశ్వం అంతా నిశ్శబ్దం అయిపోయింది. అప్పుడు అతనుకూడా మాట్లాడకూడదని నిశ్చయించుకున్నాడు.

అతని గుండెల్లో ప్రేమవాహిని ప్రవహించింది. ఆ కుర్రవాడు ప్రార్థించటం ఆరంభించాడు. అంతకు మునుపు ఎన్నడూ అతను అలా

ప్రార్థించలేదు. ఆ ప్రార్థనలో మాటలు కానీ, అభ్యర్థనకానీ లేవు. తన గొర్రెలకు కొత్త గడ్డిమైదానాలు చూపినందుకు ధన్యవాదాలు చెప్పటం లేదు. గాజుసామాన్లు ఇంకా ఎక్కువగా అమ్మగల శక్తి ప్రసాదించమని అడగలేదు. తను కలుసుకున్న యువతి తనకోసం వేచిఉండాలి అని ప్రార్థించలేదు. ఆ ఎడారి, గాలి, సూర్యుడు అందరూకూడా ఆచేయి వ్రాసిన సందేశంలో భావం అర్థం చేసుకోవడానికి ప్రయత్నిస్తున్నారు. తమతమ మార్గాలను అనుసరించటానికి ప్రయత్నిస్తున్నారు. మరకత ఫలకంమీద ఏమి రాసిఉన్నదో అర్థంచేసుకోవడానికి ప్రయత్నిస్తున్నారు. ఇదీ కుర్రవాడికి అర్థమైన విషయం. శకునాలు ఈ భూమి అంతటా, విశ్వాంతరాళం లోను సర్వత్రా ఉన్నాయని, అందుకు ఈ కారణంగాని, ప్రాముఖ్యత గాని ఏమీ లేదని అర్థం చేసుకున్నాడు. ఈ ఎడారులు, గాలులు, సూర్యుడు, మనుషులు తాము అంతా ఎందుకు సృష్టి అయినారో వారికి తెలియదని కూడా తెలుసుకున్నాడు. దీనికంతటికీ కారణం ఆ హస్తానికి మాత్రమే తెలుసు. ఆ చెయ్యి మాత్రమే సముద్రాన్ని ఎడారిగా మార్చగలదు. మనిషిని గాలిగా మార్చగలదు. అద్భుతాలు చేయగలదు. ఆరురోజుల సృష్టి ఒకఅద్భుతం, ఒక కళాఖండం అయింది. అంటే అది మహాసృష్టిలో ఒక అంశ మాత్రమే అని ఆ చేతికి మాత్రమే తెలుసు.

కుర్రవాడు విశ్వాత్మను స్పృశించాడు. అది పరమాత్మలో ఒక భాగమేనని గ్రహించాడు. ఆ పరమాత్మ తన ఆత్మ తెలుసుకున్నాడు. కనుక కుర్రవాడుగా తను అద్భుతాలు చేయగలడు.

* * *

ఆ సుడిగాలి ఆనాడు అంతకుముందు ఎన్నడూ లేనంత ఉద్ధృతంగా వీచింది. ఎడారిలో అత్యంత బలవంతుడైన నాయకుడిని ఎదిరించి, సైనిక స్థావరాన్ని దాదాపు ధ్వంసం చేసినంత పనిచేసి గాలిగా మారిపోయిన కుర్రవాడిని గురించి ఆ తర్వాతి అరబ్బులు తరతరాలుగా కథలు చెప్పుకున్నారు.

సిమం అనే ఆ ఝంఝామారుతం ఆగిపోయిన తర్వాత ప్రతిఒక్కరూ ఆ కుర్రవాడు ఉన్న స్థలం వైపు చూశారు. అక్కడ అతను లేడు. సైనిక స్థావరానికి దూరంగా ఇసుకతో నిండిపోయిన కాపలాదారు పక్కనే నుంచుని ఉన్నాడు.

అతను చేసిన మాయచూసి అక్కడివారందరూ అదిరిపోయారు. అక్కడ ఇద్దరు మాత్రమే నవ్వుతున్నారు. పరిపూర్ణుడైన శిష్యుడు దొరికినందుకు ఆ రసవాది, ఆ శిష్యుడు భగవంతుడి ఘనతను అర్థం చేసుకున్నాడు అనే సంతోషంలో ఆ కొండజాతి నాయకుడు.

మర్నాడు ఆ నాయకుడు కుర్రవాడికి, రసవాదికి వీడ్కోలు చెప్పాడు. కావలసినంత దూరం వారితో వెళ్ళటానికి రక్షకభటులను పంపాడు.

* * *

వాళ్లు ఆనాడు అంతా ప్రయాణిస్తూనే ఉన్నారు. సాయంత్రం చీకటి పడబోతుండగా వాళ్లు ఒక కాప్ట్ చర్చ్ చేరుకున్నారు. రసవాది తనగుర్రందిగి తనతోవచ్చిన రక్షకభటులను తిరిగి పంపించివేశాడు.

"ఇక్కడినుంచి నువ్వు ఒంటరివాడివవుతావు." అన్నారు రసవాది. "ఇక్కడినుంచి పిరమిడ్స్ చేరటానికి మూడుగంటలు చాలు."

"థాంక్యూ." ఆ కుర్రవాడు అన్నాడు. "మీరు నాకు ఈ విశ్వభాష నేర్పారు."

"నీకు తెలిసినదాన్ని గుర్తుచేశాను. అంతే."

రసవాది ఆ చర్చ్ గేటు తట్టారు. నల్లని దుస్తులలో ఉన్న ఒక సన్యాసి గేటుదగ్గరికి వచ్చాడు. వారు ఇద్దరు కాప్టిక్ భాషలో మాట్లాడుతున్నారు. అప్పుడు రసవాది ఆ కుర్రవాడిని తనతోపాటు లోపలికి రమ్మన్నారు.

"వారి వంటగది కొంతసేపు ఉపయోగించుకోవటానికి అనుమతి అడిగాను." రసవాది నవ్వారు.

ఇద్దరూ చర్చ్ వెనకఉన్న వంటగదిలోకి వెళ్లారు. రసవాది మంట వెలిగించారు. ఆ సన్యాసి సీసం లోహాన్ని తీసుకు వచ్చాడు. రసవాది దానిని ఒక పెనంమీద పెట్టారు. తనసంచీలోంచి విచిత్రమైన పచ్చనిగుడ్డు వంటి ఒక వస్తువు తీశారు. దానినిగీరి వెంట్రుకవాసి ఉన్న ఒక చిన్నముక్క తీశారు. దానిని మైనంలోకప్పి కరిగిన సీసం ఉన్న పెనంలో వేశారు.

ఆ సమ్మేళనం వెంటనే ఎర్రరంగులోకి దాదాపు రక్త వర్ణంలోకి మారి పోయింది. రసవాది ఆ పెనం నిప్పులమీదినుంచి తీసి ఆరటానికి పక్కన పెట్టారు. ఆ పనిచేస్తూ ఆయన అక్కడ ఉన్న సన్యాసితో కొండ జాతుల యుద్ధాన్ని గురించి మాట్లాడుతున్నారు.

"ఈ పోరాటాలు చాలాకాలం సాగుతాయి అనుకుంటాను." ఆయన అన్నారు సన్యాసితో.

ఆ సన్యాసికి చిరాకుగా ఉన్నది. పోరాటాలు ఆగుతాయి అనే ఆశతో గిజా ప్రాంతంలో బిడారాలు కొంతకాలంగా ఆగిఉన్నాయి. "దేవుడిదయ ఎలాఉంటే అలా జరుగుతుంది." అన్నాడు సన్యాసి.

"బాగా చెప్పారు." అన్నారు రసవాది.

ఆ పెనం చల్లారిన తర్వాత సన్యాసి, ఆ కుర్రవాడు దానినిచూసి ఆశ్చర్యపోయారు. సీసం ఆ పెనం ఆకారంలో తేలింది. కానీ ఇప్పుడు అది సీసం కాదు. బంగారం!

"నేను అలా ఎప్పుడు చేయగలను?" ఆ కుర్రవాడు అడిగాడు.

"అది నా జాతకం. నీ జాతకం అదికాదు." రసవాది చెప్పారు. "అది సాధ్యం అని నీకు చూపించటానికి చేశాను అంతే."

వాళ్లు తిరిగి చర్చ్ గేటుదగ్గరికి వచ్చారు. అక్కడ రసవాది పళ్లెం ఆకారంలోఉన్న బంగారపు చక్రాన్ని నాలుగు ముక్కలుగా విడదీశారు.

"ఇది మీకు." అన్నారు ఆయన ఒకభాగాన్ని సన్యాసి చేతికి ఇస్తూ." యాత్రికులకు మీరు చూపిన ఔదార్యానికి మా కృతజ్ఞతలు."

"నా ఔదార్యానికి ఈ ప్రతిఫలం చాలాఎక్కువ." సన్యాసి సమాధానం.

"అలా అనకండి. జీవితం వింటుంది. ఈసారి మీకు ఇచ్చేది తగ్గిపోతుంది."

రసవాది కుర్రవాడి వైపు తిరిగారు. "ఇది నీకు. ఆ సేనాధిపతికి ఇచ్చినదాని లోటు పూడ్చుడానికి."

తను ఆ సేనాధిపతికి ఇచ్చినదానికంటే ఇది చాలాఎక్కువ అని చెప్పబోయాడు. కానీ రసవాది ఆ సన్యాసికి చెప్పిన మాటలు గుర్తు వచ్చి ఆగిపోయాడు.

"ఇక ఇది నాకు." ఒక భాగం తనుఉంచుకుంటూ రసవాది అన్నారు."పోరాటాలు జరుగుతున్న ఎడారికి నేను తిరిగి వెళ్లాలి కదా. అందుకు."

నాలుగోభాగం తీసి ఆయన ఆ సన్యాసికి ఇచ్చారు.

"ఇది ఆ కుర్రవాడిది. ఎప్పుడైనా అవసరం రావచ్చు." అన్నారు రసవాది.

"కానీ నేను నానిధి అన్వేషణలో వెళుతున్నాను." అన్నాడు ఆ కుర్రవాడు. "నేను ప్రస్తుతం దానికి చాలా దగ్గరలో ఉన్నాను."

"అది నీకు తప్పకుండా దొరుకుతుంది." అన్నారు రసవాది.

"మరి ఇది ఎందుకు?"

"ఎందుకంటే ఇప్పటికే రెండుసార్లు నువ్వు దాచుకున్నది పోగొట్టుకున్నావు. ఒకసారి ఆ దొంగకు, రెండోసారి ఆ సేనాపతికి. నేను ఒక ముసలి అరబ్ చాదస్తుడిని. మా సామెతలు అంటే నాకు నమ్మకం. 'ఒకసారి మాత్రమే జరిగినది మళ్లీ ఎన్నడూ జరగదు. కానీ ఏదైనా రెండుసార్లు జరిగితే అది తప్పకుండా మూడవసారి జరిగి తీరుతుంది.' అంటుంది ఒక సామెత." వాళ్లు వారి గుర్రాలు ఎక్కారు.

* * *

"కలలను గురించి నీకు ఒకకథ చెప్పాలి." రసవాది అన్నారు.

ఆ కుర్రవాడు తనగుర్రాన్ని ఆయనకు దగ్గరగా తీసుకు వచ్చాడు.

"టైబీరియస్ చక్రవర్తి కాలంలో పురాతన రోమ్ నగరంలో ఒకవ్యక్తి ఉండేవాడు. ఆయనకు ఇద్దరు కొడుకులు. ఒక కొడుకు సైన్యంలో ఉన్నాడు. అతనిని ఆ సామ్రాజ్యంలో ఎక్కడో దూరంగా పంపించారు. రెండవ కొడుకు ఒక కవి. అతను నగరం అంతటినీ తన అందమైన కవిత్వంతో అలరించేవాడు.

ఒకరాత్రి ఆ తండ్రికి ఒకకల వచ్చింది. ఆ కలలో ఒకదేవత కనపడింది. ఆయన కొడుకులలో ఒకరి మాటలు ప్రజాభిమానం సంపాదించి తరతరాలుగా అందరి నోళ్లలో పలుకుతాయి. అని చెప్పింది. తండ్రి నిద్రనుంచి మేల్కొంటాడు. జీవితం తనకు అడగకుండా ఎంతో ఔదార్యం చూపింది. కృతజ్ఞతతో, ఆనందంలో ఆయన కంటివెంట ఆనంద భాష్పాలు రాలుతున్నాయి. అది విన్న ఏ తండ్రికి గర్వంగా ఉండదు?

"ఆ తర్వాత ఒకనాడు ఆయన రథంకింద పడబోతున్న ఒక శిశువును కాపాడబోయి, ఆ ప్రయత్నంలో చనిపోయాడు. ఆయన జీవితమంతా సన్మార్గంలో జీవించాడు కనుక ఆయన నేరుగా స్వర్గానికి వెళ్ళాడు. అక్కడ ఆయన తనకు కలలో కనిపించిన దేవతను కలుసుకున్నాడు.

"మీరు సదా సత్పురుషులే." ఆ దేవత ఆయనకు చెప్పింది. 'మీరు

ప్రేమమార్గంలో జీవించారు. ప్రతిష్టాత్మకంగా మరణించారు. ఇప్పుడు మీరు ఏది కోరినా ఇస్తాను.'

"'జీవితం నా పట్ల దయచూపింది.' ఆయన అన్నారు. 'నువ్వు కలలో నాకు కనిపించినప్పుడు నా ప్రయత్నాలన్నీ ఫలించాయి అనుకున్నాను. ఎందుకంటే నా కుమారుడి కవిత్వం తరతరాలవారు చదివి ఆనందించబోతున్నారు. నాకు అంటూ ఏమీ అక్కర్లేదు. కానీ తను పెంచి పెద్ద చేసి, పెరుగుతున్న సమయంలో చదువుసంధ్యలు చెప్పిన కొడుకు కీర్తి సంపాదించితే, ఏ తండ్రిగర్వపడకుండా ఉంటాడు? రాబోయే భవిష్యత్కాలంలో ఏనాడో ఒకనాడు నా కుమారుడు చెప్పిన మాటలు చూడాలని ఆశ.'

"ఆ దేవత ఆ వ్యక్తి భుజం తాకింది. వాళ్ళిద్దరూ భవిష్యత్తులో చాలాముందుకు వెళ్లారు. వాళ్లు ఇద్దరూ ఒక మహాసమావేశంలో ఉన్నారు. అక్కడ వేలాది మంది ఒక విచిత్రమైన భాష మాట్లాడు తున్నారు.

"ఆ మనిషి ఆనందంలో ఏడ్చేశాడు.

"నా కుమారుడి గేయాలు అమరాలు అని నాకు తెలుసు.' ఆయన కన్నీటి దారలమధ్య ఆ దేవతతో అన్నారు.' వీరందరూ నాకుమారుడు రాసిన ఏ పాట గానం చేస్తున్నారో చెప్పగలరా?'

"ఆ దేవత ఆయనకు దగ్గరగా వచ్చింది. ఆయనను సుతారంగా దగ్గరలో ఉన్న బెంచ్ దగ్గరికి తీసుకు వెళ్ళింది. ఇద్దరూ అక్కడ కూర్చున్నారు.

"కవి అయిన నీ కుమారుడు రచించిన గేయాలు రోం నగరంలో ఆదరణ పొందాయి." ఆ దేవత చెప్పింది. "ప్రతి ఒక్కరూ వాటిని ఆనందించి ఆరాధించారు. కానీ టైబీరియస్ పరిపాలన ముగియగానే ఆ గేయాలు మరుగున పడ్డాయి. ఇప్పుడు మీరు వింటున్న పదాలు సైన్యంలో సేవచేసిన మీ కుమారుడి మాటలు."

ఆ వ్యక్తి దేవతను అమితాశ్చర్యంతో చూశారు.

"మీ కుమారుడు ఎక్కడో దూరదేశాలలో సేవచేయటానికి వెళ్లారు. అక్కడ ఆయన శతవృద్ధు అయినారు. ఆయన నీతిపరుడు, సత్పురుషులు. ఒకనాడు ఆయన సేవకులు ఒకరు జబ్బు పడ్డారు. ఆయన చనిపోతాడు అనిపించింది. ఈ వ్యాధులు నయంచేసే ఒక సాధువు ఉన్నారని మీ కుమారుడు విన్నారు. ఆయనను వెతుకుతూ ఆయన రోజులతరబడి గుర్రంమీద తిరిగారు.

తాను వెతుకుతున్న మనిషి దేవుడి కుమారుడు అని ఆయనకు దారిలో తెలిసింది. ఆయన దగ్గర చికిత్సపొందిన వారిని మీ కుమారుడు కలిశాడు. వారంతా మీ కుమారుడికి ఆయన బోధనలు తెలియజెప్పారు. మీ కుమారుడు రోమన్ సెంచూరియన్ అయినా కూడా, వారి మతానికి మారిపోయారు. ఆ తర్వాత త్వరలోనే తను వెతికిన మనిషి ఉన్న ప్రదేశానికి మీ కుమారుడు చేరాడు.'

"తన సేవకులలో ఒకరు తీవ్రంగా జబ్బుపడ్డారని మీ కుమారుడు ఆయనకు చెప్పారు. వెంటనే ఆ సాధువు ఆయనతో ఆయన ఇంటికి వెళ్ళటానికి సిద్ధమయ్యారు. ఆ సెంచూరియన్ తనమతంలో తీవ్రమైన విశ్వాసం కలిగినవారు. ఆయనఆ సాధువు కళ్ళల్లోకిచూసి తను నిజంగానే దేవుడికుమారుడి సమక్షంలో ఉన్నారని తెలుసుకున్నారు.'

"అప్పుడు మీ కుమారుడు ఇలా అన్నారు.' ఆ దేవత ఆయనకు చెప్పింది. 'ఆ సమయంలో ఆయన ఆ సాధువుకు చెప్పినమాటలివి. అవి ఎవరూ ఎన్నడూ మర్చిపోలేదు' "ప్రభూ, నువ్వు మా ఇంటికి రాగలిగిన అర్హత నాకు లేదు. నువ్వు ఒక్క మాట చెబితే చాలు. మా సేవకుడికి వ్యాధి నయమవుతుంది."

రసవాది అన్నారు, "ఈ ప్రపంచచరిత్రలో ప్రతి ఒక్కరూ - వారు ఎవరైనా సరే, ఏమి చేసినా సరే-ఒక ముఖ్యమైన పాత్ర వహిస్తారు. మామూలుగా వారికి ఆ విషయం తెలియదు."

ఆ కుర్రవాడు దరహాసం చేశాడు. ఒక గొర్రెలకాపరికి జీవితాన్ని గురించిన ప్రశ్నలు అంత ముఖ్యం అవుతాయని అతను ఎన్నడూ అనుకోలేదు.

"సెలవు." రసవాది అన్నారు.

"సెలవు." ఆ కుర్రవాడు బదులు పలికాడు.

* * *

ఆ కుర్రవాడు ఎడారి వెంట కొన్నిగంటలపాటు ప్రయాణం చేశాడు. దారి పొడుగునా అతను తనగుండె ఏమి చెబుతుందో జాగ్రత్తగా వింటున్నాడు. తన నిధి ఎక్కడ ఉన్నదో చెప్పవలసింది తన గుండె.

"మీ నిధి ఉన్నచోటనే మీ గుండె కూడా ఉంటుంది." రసవాది అతనితో చెప్పాడు.

కానీ అతనిగుండె ఇతర విషయాలు చెబుతున్నది. రెండు సందర్భాలలో తనకలను అనుసరించటానికి తన మందను విడిచిపెట్టిన గొర్రెలకాపరి కథ గర్వంగా చెప్పింది. అది అదృష్టాన్ని గురించి చెప్పింది. దూరదేశాలు, అందమైన స్త్రీలను అన్వేషిస్తూ దేశదేశాలు తిరిగిన వ్యక్తులనుగురించి చెప్పింది. ఆ దేశాటనంలో వారికి సమకాలీనులు ఎదురయ్యారు. వారంతా తమ తమ నమ్మకాలలో కూరుకుపోయిన ఉన్నవారు. అది ప్రయాణాలు, కొత్త ఆవిష్కరణలు, పుస్తకాలు, మార్పులను గురించి చెప్పింది.

ఆ కుర్రవాడు మరొక ఇసుకతిన్నె ఎక్కబోతూ ఉండగా అతనిగుండె గుసగుసలాడింది. "ఎక్కడ నీ కంటిలో నీరు వస్తుందో గమనించు. నేను అక్కడే ఉంటాను. అక్కడే నీ నిధికూడా ఉంటుంది."

ఆ కుర్రవాడు ఇసుకతిన్నె నిదానంగా ఎక్కాడు. ఆకాశం నక్షత్రాలతో నిండిఉన్నది. పున్నమి చంద్రుడు వెలుగుతున్నాడు. తను ఒయాసిస్ నుంచి బయలుదేరి ఒకనెల అయింది. వెన్నెల వెలుగులు ఇసుకతిన్నెల మీద నీడలు పరుస్తున్నాయి. ఆ వెలుగునీడలు సముద్రంమీద తేలుతున్న అలలలాగా దర్శనమిస్తున్నాయి. ఎడారిలో గుర్రం వెనుకకాళ్ళమీద నుంచుని ఉండగా తను రసవాదిని కలుసుకున్నరోజు గుర్తుకు వచ్చింది. అప్పుడు నిశ్శబ్దంగాఉన్న ఎడారిలో తన అద ృష్టాన్ని వెతుకుతూ బయలుదేరిన వ్యక్తిమీద వెన్నెల కురిసింది.

ఇసుకతిన్నె పైకి చేరుకోగానే అతనిగుండె ఎగిరి గంతులు వేసింది. ఆ వెన్నెలవెలుగులో, ఎడారి కాంతిలో ఈజిప్ట్ పిరమిడ్లు గంభీరంగా రాజసంగా నుంచొని ఉన్నాయి.

ఆ కుర్రవాడు మోకాళ్ళమీద వంగి భోరుమని ఏడ్చాడు. తన అదృష్టంలో తనకు నమ్మకం కలిగించేందుకు, ఒక రాజును, ఒక వ్యాపారిని, ఒక ఇంగ్లీషు వ్యక్తిని, రసవాదిని, కలుసుకునే అవకాశం కల్పించినందుకు, అన్నిటికంటే ముఖ్యంగా ఎడారి యువతితో – ఎప్పటికైనా ప్రేమ మనిషిని తన గమ్యానికి చేర్చి తీరుతుంది అని చెప్పింది ఆమె – తనను కలిపినందుకు, అతను దేవుడికి తన ధన్యవాదాలు అర్పించాడు.

కావాలనుకుంటే అతను ఇప్పుడు ఒయాసిస్ తిరిగివెళ్ళి, ఫాతిమాతో చేరి ఒక గొర్రెలకాపరిగా సామాన్య జీవితం జీవించవచ్చు. విశ్వభాష తెలిసినవాడు, సీసాన్ని బంగారంగా మార్చగలిగిన రసవాది కూడా ఎడారిలోనే నివసిస్తున్నారు.

తన విజ్ఞానాన్ని, కళను ఎవరికీ ప్రదర్శించవలసిన అవసరం ఆయనకు లేదు. అదృష్టం అన్వేషణలో తను అవసరమైనది అంతా నేర్చుకున్నాడు. తన కలగన్నది అంతా అనుభవంలోకి వచ్చింది - అది ఆ కుర్రవాడి స్వగతం.

ఇప్పుడు తను తననిధి ఉన్న ప్రదేశానికి చేరుకున్నాడు. లక్ష్యం సాధించనిదే ఏ పథకమూ పూర్తి కాదని అతను తనకుతానే గుర్తుచేసుకున్నాడు. ఆ కుర్రవాడు తనచుట్టూ ఉన్న ఇసుకను పరికించాడు. తన కన్నీళ్లు పడినచోట ఇసుకలో ఒక కుమ్మరి పురుగు గునగునలాడుతూ పోతున్నది. ఈజిప్టులో కుమ్మరి పురుగు దివ్యచిహ్నాలని తన ఎడారి ప్రయాణంలో నేర్చుకున్నాడు.

మరొక శకునం! ఆ కుర్రవాడు ఇసుకతిన్నె తొలవటం ఆరంభించాడు. ఆ పని చేస్తూఉండగా అతనికి గాజుసామాన్ల వ్యాపారి మాటలు గుర్తుకువచ్చాయి: ఎవరైనా సరే తమ పెరటిలో పిరమిడ్ కట్టవచ్చు. రాయి మీద రాయి పేర్చుతూ తన జీవితమంతా గడిపినా ఆ పని అసాధ్యం అని అతనికి ఇప్పుడు తెలిసింది.

తను అనుకున్నచోట ఆ కుర్రవాడు రాత్రిఅంతా తవ్వుతూనే ఉన్నాడు. కానీ ఏమీ కనిపించలేదు. పిరమిడ్ల నిర్మాణం జరిగిన నాటినుంచి శతాబ్దాల తరబడి భారమంతా మీదపడినట్లు అనిపించింది. కానీ అతను వదల లేదు. అతను తవ్విన గుంతలోకి గాలితో ఇసుక వచ్చిపడేది. కానీ అతను పట్టువదలకుండా తవ్వుతూనే ఉన్నాడు. చేతులు గీసుకు పోయాయి. అలుపు వచ్చింది. కానీ అతను తనగుండె చెప్పిన మాటలు విన్నాడు. కన్నీళ్లు పడినచోట తవ్వమని చెప్పింది అతని గుండె.

మధ్యలో వచ్చిన రాళ్లు తీసివేయటానికి ప్రయత్నిస్తుండగా అతనికి అడుగుల చప్పుడు వినిపించింది. అనేక ఆకారాలు అతనిని సమీపించాయి. వెన్నెల ఆ ఆకారాల వీపుమీద పడుతున్నది. వారి కళ్ళు, ముఖము ఆ కుర్రవాడికి కనిపించలేదు.

"నువ్వు ఇక్కడ ఏం చేస్తున్నావు?" ఒక ఆకారం అడిగింది.

ఠారెత్తిన ఆ కుర్రవాడు నోరు ఎత్తలేదు. తననిధి ఉన్నచోటు తెలుసుకున్నాడు. కానీ ఇప్పుడు ఏమవుతుందో అని అతనిభయం.

"ఆ కొండజాతుల యుద్ధంనుంచి వచ్చిన శరణార్థులం. మాకు డబ్బుకావాలి." మరొక ఆకారం అన్నది. "నువ్వు అక్కడ ఏమి దాచిపెడుతున్నావు?"

"నేనేమీ దాచటంలేదు." అతను చెప్పాడు.

వాళ్లలో ఒకరు ఆ కుర్రవాడిని ఆ గోతిదగ్గరి నుంచి బయటికి లాగారు. ఆ కుర్రవాడి సంచులు వెతుకుతున్న ఆకారం అందులో ఉన్న బంగారం చూసింది.

"ఇక్కడ బంగారం ఉన్నది." అతను అన్నాడు.

ఆ కుర్రవాడిని పట్టుకొనిఉన్న మనిషి మొహంమీద వెన్నెలవెలుగు పడింది. ఆ కుర్రవాడు ఆ మనిషి కళ్ళలో మరణాన్ని చూశాడు.

"ఆ నేలలో ఇంకా బంగారం దాచిఉంటాడు."

వాళ్లు ఆ కుర్రవాడిచేత ఇంకా తవ్వించారు. కానీ అక్కడ వారికి ఏమీ దొరకలేదు. సూర్యోదయం అవుతూ ఉండగా వాళ్లు ఆ కుర్రవాడిని కొట్టసాగారు. అతని ఒళ్ళంతా గాయాలై రక్తం కారుతున్నది. గుడ్డలన్నీ చినిగి పీలికలు అయిపోయినాయి. అతనికి తనచావు దగ్గరికి వచ్చింది అనిపించింది.

"నువ్వు చావబోతున్నప్పుడు డబ్బుతో ప్రయోజనం ఏమున్నది? డబ్బు ప్రాణం కాపాడలేదు." రసవాది ఒకసారి చెప్పారు. చివరికి ఆ కుర్రవాడు "నేను నిధికోసం తవ్వుతున్నాను." అని అరిచాడు. అతని నోరు వాచిపోయి రక్తం కారుతున్నది. అయినా ఈజిప్టులో ఈ పిరమిడ్స్ దగ్గర నిధి దాచిఉన్నదని తనకు రెండుసార్లు కలవచ్చినట్లు అతను తన ఘాతకులకు చెప్పాడు.

ఆ గుంపుకు నాయకుడిగా కనిపించిన వ్యక్తి మరొకరితో అన్నాడు. "వాడిని వదిలిపెట్టండి. వాడి దగ్గర ఇంకేమీ లేదు. ఈ బంగారం వాడు దొంగతనంచేసి ఉంటాడు."

ఆ కుర్రవాడు దాదాపు స్పృహతప్పి ఇసుకలో పడ్డాడు. నాయకుడిగా కనిపించిన ఆ వ్యక్తి అతని కదిలించి "మేము వెళుతున్నాము." అని చెప్పాడు.

వెళ్లబోయేముందు వెనుకకువచ్చి అతను " నువ్వు చావబోవటం లేదు. నువ్వు బతుకుతావు. మనిషి అంత మూర్ఖంగా ఉండకూడదని నేర్చుకుంటావు. రెండుసంవత్సరాల క్రితం ఇక్కడే నాకుకూడా ఒకకల పదేపదే వచ్చింది. నేను స్పెయిన్లో పొలాలకు వెళ్లాలని, అక్కడ గొర్రెల కాపర్లు, వారి గొర్రెలు నిద్రపోతున్న ఒక పాడుబడిన చర్చ్ కోసం వెతకాలని కలగన్నాను. ఆ చర్చ్ శిథిలాలలో ఒక రావి చెట్టు పెరుగుతున్నదని, నాకు కలలో కనిపించింది. రావిచెట్టు వేళ్లదగ్గర తవ్వితే అక్కడ దాచిఉన్న విధి కనబడుతుందని కలలో చెప్పారు. కలలో కనిపించినంత మాత్రాన ఈ ఎడారి అంతా దాటి ఎక్కడికో పోవడానికి నేనేమీ మూర్ఖుడిని కాను."

అప్పుడు వాళ్లు అందరూ మాయమయ్యారు.

నిస్త్రాణతో ఊగిపోతూ ఆ కుర్రవాడు లేచినిల్చున్నాడు. మరొకసారి ఆ పిరమిడ్స్ వైపు చూశాడు. అవి అతనిని చూసి నవ్వుతున్నట్లు ఉన్నాయి. గుండెల నిండా ఆనందంతో అతను తిరిగి నవ్వాడు.

అతని నిధి ఎక్కడఉన్నదో ఇప్పుడతనికి తెలిసింది.

ఉపసంహారం

చీకటి పడుతూఉండగా ఆ కుర్రవాడు పాడుబడిన చిన్న చర్చ్‌కి చేరాడు. ఆ శిధిలాలలో రావిచెట్టు ఇంకా అక్కడే ఉన్నది.

సగం విరిగిపోయిన కప్పులోనుంచి నక్షత్రాలు కనిపిస్తున్నాయి. గొర్రెలతోపాటు తను అక్కడ గడిపిన సమయం గుర్తువచ్చింది. తనకు వచ్చిన కలతప్పించి అప్పుడు అంతా ప్రశాంతంగా ఉండేది.

ప్రస్తుతం గొర్రెలమంద అతనితో లేదు. చేతిలో ఒక పారమాత్రం ఉన్నది.

అతను చాలాసేపు ఆకాశంవైపు చూస్తూ కూర్చున్నాడు. అప్పుడు అతను తన సంచిలోనుంచి వైన్ సీసా తీశాడు. వైన్ తాగాడు. అప్పుడు అతనికి ఎడారిలో కూర్చుని రసవాదితో కలిసి వైన్ తాగిన రాత్రి గుర్తు వచ్చింది. తను ప్రయాణించిన అనేక బాటలు అతని ఆలోచనలలో మెదిలాయి. తననిధి చూపించటానికి భగవంతుడు చూపించిన మార్గం విచిత్రమైంది. మళ్ళీ మళ్ళీ తనకు వస్తున్న కలలు నమ్మకపోతే తను ఆ జిప్సీ స్త్రీని, ముసలి రాజును, ఆ దొంగను, ఇంకా... "ఓ, అది ఒక పెద్దజాబితా. ఆ శకునాలలో తనబాట రాసిపెట్టి ఉన్నది. తను దారి తప్పడానికి వీలు లేదు." అని అతను స్వగతం చెప్పుకున్నాడు.

అతను నిద్రపోయాడు. కళ్ళు తెరిచేసరికి సూర్యుడు బాగా పైకివచ్చి ఉన్నాడు. అతను రావిచెట్టు మొదట్లో తవ్వటం మొదలుపెట్టాడు.

"ముసలి మాయావి!" ఆ కుర్రవాడు ఆకాశం వైపు తిరిగి అరిచాడు." నీకు కథ అంతా ముందుగానే తెలుసు. నేను నీ చర్చికి తిరిగి రావాలని ఇక్కడ కొంత బంగారం దాచిఉంచావు. నేను చినిగిపోయిన పీలికలలో తిరిగి వస్తూఉంటే ఆ సన్యాసి నన్ను చూసి నవ్వాడు. నాకు ఈ అవస్థ తప్పించి ఉండవచ్చుకదా!"

"కాదు." గాలిలో అతనికి ఒకస్వరం వినిపించింది. "నేను నీకు ముందరే చెప్పిఉంటే నువ్వు పిరమిడ్స్ చూసి ఉండేవాడివి కాదు. అవి చాలా బాగున్నాయి. కదా?"

కుర్రవాడు నవ్వుకున్నాడు. తవ్వకం కొనసాగించాడు. ఒక అరగంట తర్వాత అతని పారకు ఏదోగట్టిగా తగిలింది. ఒకగంట తర్వాత బంగారపు స్పానిష్ నాణేలతో నిండిన ఒకపెట్టె అతనికి కనిపించింది. అందులో విలువైన రాళ్లు, ఎరుపు తెలుపు ఈకలతో అలంకరించిన బంగారపు ముసుగులు, నగలతో పొదిగిన రాతి విగ్రహాలు కూడా ఉన్నాయి. స్మృతిపథంలో మరుగుపడిన విజయాలలో కొల్లగొట్టిన సంపద. దాని గురించి ఆ విజేత తనతర్వాతి తరానికి చెప్పడం మర్చిపోయాడు బహుశా.

ఆ కుర్రవాడు తన సంచీలోంచి యూరిన్, తుమ్మిమ్ బయటికి తీశాడు. అతను ఆ రెండురాళ్లను ఒక్కసారి మాత్రమే – విపణి వీధిలో ఒక ఉదయం – ఉపయోగించాడు. అతని జీవితం, అతని బాట అతనికి అవసరమైన శకునాల న్నిటినీ ఎప్పుడూ చూపిస్తూనే ఉన్నాయి.

అతను యూరిం, తుమ్మింలను ఆ పెట్టెలో పెట్టాడు. అవి కూడా తననిధిలో ఒక భాగం. అవి ముసలి రాజును గుర్తు చేస్తాయి. ఆయనను తను మరిఎన్నడూ చూడక పోవచ్చు.

తమ అదృష్టాన్ని వెంటాడేవారిని జీవితం చాలాఉదారంగా సత్కరించుతుంది. ఇది పరమసత్యం అని ఆ కుర్రవాడి ఆలోచన. ఆ జిప్సీస్త్రీకి తననిధిలో పదోవంతు ఇస్తానని తను మాటఇచ్చాడు. ఆ మాట చెల్లించడానికి అతను తరీఫా వెళ్లాలి. "జిప్సీలు చాలా తెలివైన వారు." అనుకున్నాడు ఆ కుర్రవాడు. వారి నిరంతర దేశాటనమే అందుకు కారణం కావచ్చు.

మళ్లీ గాలి వీచసాగింది. అది ఆఫ్రికానుంచి వస్తున్న లెవాన్టర్ వాయువు. దానిలో ఎడారివాసన గాని, మూరుల ఆక్రమణకానీ లేవు. ఇప్పుడు ఆ గాలిలో అతనికి పరిచయం ఉన్న ఒక పరిమళం తేలి వచ్చింది. దానితోపాటు ఒక చుంబన స్పర్శ – ఆ స్పర్శ చాలా దూరం నుంచి మెల్లిమెల్లిగా వచ్చి అతని పెదవుల మీద నిలిచిపోయింది.

ఆ కుర్రవాడు నవ్వుకున్నాడు. ఆమె అలా చేయటం అదే మొదటిసారి.

"నేను వస్తున్నాను ఫాతిమా!" అన్నాడు అతను.

పాలో కొల్హో
పరుసవేదిని
గురించి ఇంకా

తరీఫా
టాంజియర్

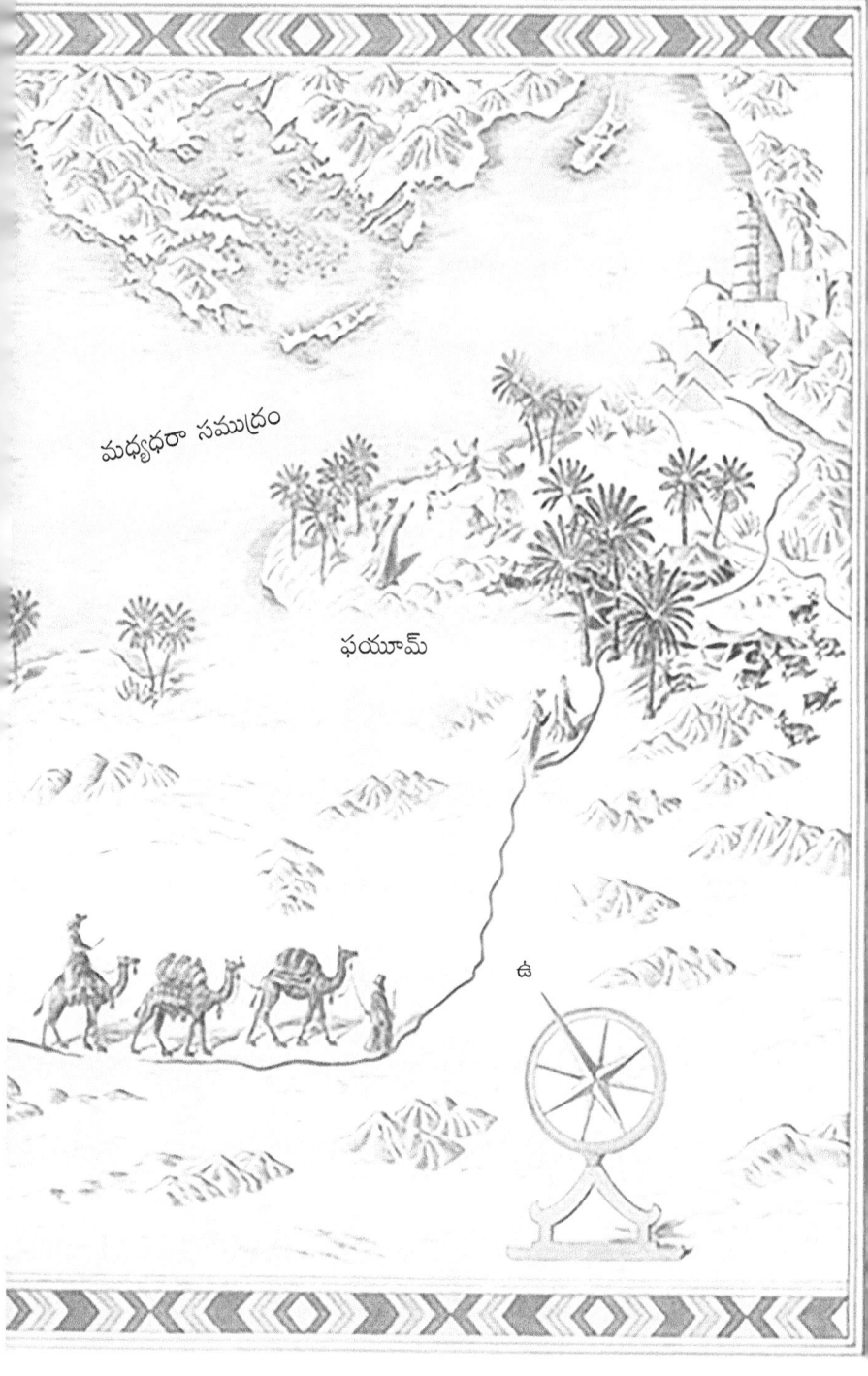

మధ్యధరా సముద్రం
ఫయూమ్
ఉ

పాలో కొల్హో తో
ముఖాముఖి

బిలీఫ్ నెట్ తరపున లారా షీహెన్

మతము, ఆధ్యాత్మికత, ఉత్సాహ ప్రోత్సాహాలు అన్నిటికీ బహుమత విశ్వాసాలకు చెందిన వెబ్ సైట్ *www.beliefnet.com.* ఈ వ్యాసం *www.beliefnet.com* లో ప్రప్రథమంగా దర్శనం ఇచ్చింది. వారి అనుమతితో ఇక్కడ ఉపయోగించబడింది.

బ్రెజిల్ రచయిత పాలో కొల్హో ప్రపంచవ్యాప్తంగా ప్రజాదరణ పొందిన ఆధ్యాత్మిక రచయితలలో ఒకరు. అత్యుత్తమ అమ్మకాలకు పేరుపొందిన ఆయన రచనలు అనేక భాషలలోకి అనువాదం అయ్యాయి. ఆయన రచనలు – పరుసవేది (The alchemist), క్రాంతి యోధుడి కరదీపిక (Manual of the Warrior of Light), వేరోనికా ఆత్మహత్య (Veronika Decides to Die) – జీవితంలో అన్ని కోణాలను, ప్రేమ, మ్యాజిక్, ఆత్మహత్య, జీవిత పరమార్థం అన్నిటినీ స్పృశిస్తాయి.

ఇటీవల పాలో కొల్హో ఫ్రాన్స్ నుంచి బిలీఫ్ నెట్ తో ఫోన్లో ఇంటర్వ్యూ ఇచ్చారు. అప్పుడు ఆయన తన ఆధ్యాత్మిక అన్వేషణ గురించి, తన పాఠకుల అన్వేషణ గురించి మాట్లాడారు.

పరుసవేదిలో మీరు విశ్వాత్మను గురించి ప్రస్తావిస్తారు. అసలు అది ఏమిటి? దానికి మతంతో, ఆధ్యాత్మికతతో సంబంధం ఏమిటి?

మొదట మతము, ఆధ్యాత్మికత విడివిడిగా చూద్దాం. నేను క్యాథలిక్‌ను. నామటుకు నాకు మతము అంటే క్రమశిక్షణతో కూడిన జీవితం, అదే విశ్వాసం కలిగినవారితో కలిసి సామూహిక ప్రార్థన.

చివరికి అన్ని మతాలూ ఒకేవెలుగు దిశగా తిరుగుతాయి. ఆ వెలుగుకు మనకు మధ్యలో చాలా నియమాలు ఉంటాయి. ఆ వెలుగు ఇక్కడ ఉన్నది. దాన్ని అనుసరించటానికి ఎటువంటి నియమాలు లేవు.

ఇందులో రసవాది పాత్ర "ప్రతి వస్తువుకు – రాళ్లు, నీళ్లు వంటి జడపదార్థాలకు కూడా – ఒక ఆత్మ ఉన్నది." అంటుంది. మీరు ఆ విషయం నమ్ముతారా?

మన ఎదురుగాఉండి మనకు కనపడే ప్రతి ఒక్క వస్తువూ సత్యం యొక్క దృశ్య అంశ అని నా నమ్మకం. మన ఉద్వేగాలు, అనుభూతులు ఆ సత్యం యొక్క అదృశ్య అంశాలు. ప్రపంచాన్ని గురించి ఇది మన అవగాహన. కానీ విలియం బ్లేక్ చెప్పినట్లు భగవంతుడు ఇసుక రేణువులోనూ, పుష్పంలోనూ కూడా ఉన్నాడు. ఈ శక్తి సర్వత్రా ఉన్నది.

అన్ని ఆత్మలూ ఒకటేనా? లేకపోతే మానవ ఆత్మలు ఏ విధంగానైనా భిన్నమా?

అంతా ఒక్కటేనని నా నమ్మకం. అలా అని చెప్పిన తర్వాత నాజీవితంలో నాకు తెలియని ప్రశ్నలు కొన్ని ఉన్నాయి. నేను అడగటం ఆపి వేశాను. జీవితం తొలిరోజుల్లో నేను ప్రతిదానికి సమాధానం వెతికాను. కానీ ప్రతిఒక్కదానికి సమాధానం దొరకదు అని ప్రస్తుతం రాజీపడ్డాను.

ఇది చాలా నిగూఢమైన ప్రశ్న. దానికి సమాధానం నాదగ్గర లేదు. నేను సజీవంగా ఉన్నానని, నా జీవితంలో ఏదో ఆవిర్భావం జరుగుతుందని అదే భగవంతుడని మాత్రమే నాకు తెలుసు. నేను చనిపోయే లోగానో, లేదా ఆ తర్వాతనో జీవితాన్ని అర్థం చేసుకుంటానని నాకు తెలుసు. నేను మంచి సమాధానాలకోసం కాక మంచి ప్రశ్నలకోసం వెతుకుతాను.

"తర్వాత" మనం ఇంకా తెలుసుకోవచ్చును అంటారు మీరు. జీవితానంతరం కొన్ని విషయాలు జరుగుతాయి అంటారా?

మనం రూఢిగా ఏదీ చెప్పలేము. నాకు కాలంమీద కూడా నమ్మకం లేదు. మనము చనిపోయినప్పుడు అని మీరు అంటున్నారు. జీవనం కొనసాగించడానికి కాలంకూడా ఒక పరికరం మాత్రమే. అది అంటూ ఏమీ లేదు. ప్రస్తుతం నేను మీతో మాట్లాడుతున్నాను. నేను మీతో మాట్లాడుతున్న ఈ క్షణంలో కూడా ఈ విషయం సృష్టిలయాలు జరుగుతూనే ఉన్నాయి. గత, భవిష్యత్ జీవితాలు నేను జీవిస్తున్నాను. ప్రస్తుతం తను ఏమి చేసినా, ఈ సంభాషణతోసహా, గత జీవితాల ను, భవిష్యత్తులో రాబోయే జీవితాలను ప్రభావితం చేస్తుంది.

నేను మరణానంతర జీవితంలో నమ్ముతాను. కానీ అది అంతముఖ్యం అని నేననుకోను. మనం మరణానంతర జీవితం ఇక్కడే ఇప్పుడే జీవించుచున్నామని అర్థంచేసుకోవటం ముఖ్యం.

కాలాన్ని గురించి భావన మనసులో నుంచి తొలగించాలని అంటారా?

కాలాన్ని గురించిన భావన తొలగించడానికి ప్రయత్నించాలి. ప్రకృతితోకానీ మరొక వ్యక్తితోగాని గాఢమైన ప్రేమలో పడితే అది మెరుపులా మెరుస్తుంది. అప్పుడు అంతా నిత్యము అని కాలం అంటూ ఏమీ లేదని అర్థం చేసుకుంటారు....

పరుసవేది ఉపోద్ఘాతంలో మీరు జీవన రాహిత్యాన్ని గురించి వర్ణించారు. బహుశా ఈ భావన జీవన రాహిత్యాన్ని గురించిన మీ భయాన్ని అధిగమించడంలో సహాయపడింది అనుకుంటాను.

అవును. మరణభయం కలిగిన మాట నిజమే. శాంటియా గోదికం పోస్టెలా యాత్రకు వెళ్లినప్పుడు ఒక అభ్యాసం చేయవలసి వచ్చింది. అప్పుడు మరణాన్ని ముఖాముఖి ఎదుర్కొన్నాను.

ఆనాటి నుంచి మరణమంటే జీవితానికి ముగింపు కాదని గ్రహించాను. అది నా సన్నిహిత స్నేహితుడు కూడా. నేను మీతో మాట్లాడుతున్నప్పుడు, మంచుతో నిండిన ఈ పర్వతాలను చూస్తున్నప్పుడు కూడా ఆమె నిత్యమూ నిరంతరమూనా పక్కనే ఉన్నది.

మీ మరణం మీ పక్కనే కూర్చొని ఉన్నదా?

అవును నా పక్కనే నా ఎదురుగా ఒక కుర్చీలో కూర్చొని ఉన్నది. మరణం నాకు ఒక అందమైన స్త్రీ లాగా గోచరిస్తుంది.

ఆమె ఏమంటున్నది?

ఆమె "నేను నిన్ను ముద్దాడబోతున్నాను." అంటున్నది. నేను "అప్పుడే కాదు. ప్లీజ్." అంటాను. అప్పుడు ఆమె అంటుంది "సరే, ఇప్పుడు కాదు. సావధానంగా ఉండి ప్రతిక్షణం ఉత్తమోత్తమంగా జీవించు. ఎందుకంటే నేను నిన్ను తీసుకొని పోబోతున్నాను." నేను "అలాగే. జీవితంలో అత్యుత్తమమైన సలహా - ప్రతి క్షణము సంపూర్ణంగా జీవించు - ఇచ్చినందుకు ధన్యవాదాలు." అంటాను.

ఒక చోట మీరు క్యాథలిక్ అని చెప్పారు. మరొకచోట మీ యూదు పెంపకం కొన్నిసార్లు బాధాకరం అనిపించింది అన్నారు. మీ ఉద్దేశ్యంలో మతవ్యవస్థతో సమస్యలు ఏమిటి, మత సమస్య విలువ ఏమిటి?

విలువల మాటకు వస్తే అక్కడ మీకు క్రమశిక్షణ, సామూహిక ప్రార్థన, దివ్యత్వంపట్ల అణకువ అలవాటు అవుతాయి. అయితే ప్రతి ఒక్క మతము, క్యాథలిక్ మతముతో సహా, తాము చెప్పేదే పరమసత్యం అంటుంది. అప్పుడు మీరుచేసే పనులన్నిటికీ మీరు ప్రీస్ట్, ముల్లా, రబీ, లేదా అటువంటి మరొకరి మీద భారం వేస్తారు. నిజానికి మీరుచేసే పనులన్నిటికీ మీరే బాధ్యులు.

వేరోనికా చావాలని నిశ్చయించుకున్నది (Veronika Decides to Die) అనే పుస్తకంలో ప్రతిరోజు ఒకే మాదిరిగా ఉండటంతో ఆమెకు విసుగెత్తింది. ఈ ఒకే మాదిరినుంచి బయట పడాలంటే ఏం చేయాలి?

ఒకసారి నన్ను ఎవరో అడిగారు, "మీ చరమ లేఖనంలో ఏమి ఉండాలని మీ కోరిక?" "పాలో కొల్హో సజీవంగా ఉన్నప్పుడు చనిపోయాడు." అని నా సమాధానం. ఆ వ్యక్తి " అదేమి సమాధానం? ప్రతిఒక్కరూ సజీవంగా ఉన్నప్పుడే చనిపోతారు." అన్నారు. నేను "కాదు. అది నిజంకాదు." అన్నాను. ఒకే పద్ధతి పునరావృతం అవుతూ ఉంటే, మీరు సజీవంగా లేరని అర్థం.

సజీవంగా చనిపోవాలి అంటే మీరు సాహసాలు చేయాలి. మీ మూల్యం చెల్లించాలి. మీకు ఇష్టం ఉన్నా లేకపోయినా మిమ్మల్ని భయపెట్టే పనులు కొన్ని

చేయవలసి వస్తుంది. అవి చేయటమే ఆ సాహసం.

జనం శకునాలను గమనించాలి అంటారు మీరు. మీ ఉద్దేశంలో శకునాలు అంటే ఏమిటో వివరించగలరా?

శకునాలు అంటే దేవుడు మీతో సంభాషించే వ్యక్తిగతమైన భాష. నా శకునాలు, మీ శకునాలు ఒకటి కాదు.

అవి విచిత్రమైన వ్యక్తిగత భాష. అది మీ విధికి దారిచూపుతుంది. వాటిలో తర్కం ఉండదు. అవి సూటిగా మీ గుండెతో మాట్లాడుతాయి.

మీరు ఏదైనా ఒకభాష నేర్చుకోవాలి అంటే తప్పులు చేయటం ఒక్కటే మార్గం. నావంతు తప్పులు నేను చేశాను. అప్పుడు నాకు దారిచూపే సంకేతాలను అర్థంచేసుకో సాగాను. దేవుడి ఈ మౌనస్వరం నా గమ్యానికి దారి చూపుతుంది.

పరుసవేది అనుకూల సూత్రం గురించి చెబుతుంది. అది ఆరంభంలో అదృష్టం వంటిది. ఈ ఆరంభంలో అదృష్టం ఎన్నడూ అనుభవంలోకి రానివారి కి – వారి కలను వెంటాడిన ప్రతిసారి వారికి అడ్డుగోడ ఎదురయింది – మీరు ఇచ్చే సందేశం?

మళ్లీ ప్రయత్నించండి (నవ్వు). భగవంతుడు నిర్దేశించిన మీ గమ్యానికి మీరు నిజంగానే దగ్గరగా ఉంటే 'ఆరంభంలో అదృష్టం' మీ అనుభవంలోకి వస్తుంది.

పదకొండు నిమిషాలు (Eleven Minutes) లో మీరు లైంగికతను ఆధ్యాత్మికతను ఉన్నత స్థాయికి చేర్చాలని చెబుతారు. ఇది ఎలా సాధ్యం?

'లైంగికత అంటే భౌతికంగా దేవుడి ఆవిర్భావం. అది ఒకవరం. పాపం కాదు.' అని అంగీకరించటం. నా దృష్టిలో మానభంగం, చిన్నారుల మీద కామప్రవృత్తి అతిహేయమైన విషయాలు. ఇవి రెండూ తప్ప, సృష్టి కార్యంలో మీరు స్వతంత్రులు. మీరు ఆ విషయంలో ఎలా నడుచుకుంటారు అనేది మీ ఇష్టం.

లైంగికత చుట్టూ సదా అనేక అభ్యంతరాలు ఉంటాయి. కానీ నేను అది పాపం అని అనుకోను. ఈ భూమిమీద మనజీవనానికి దేవుడు చూపిన

ప్రప్రథమ మార్గం లైంగికత అని నా ఉద్దేశ్యం. ఆ ప్రేమశక్తిని భౌతికస్థితిలో ఆనందించడానికి ఇది ఒక్కటే మార్గం.

లైంగికతను సవ్యంగా అర్థం చేసుకుంటే ఈ ప్రపంచంలో భగవంతుడి ఆవిర్భావానికి తోడ్పడుతుంది అని మీ ఉద్దేశ్యం.

నిస్సందేహంగా. అర్థం చేసుకోవడమే కాదు అభ్యసించటం కూడా.

రచయిత ఆత్మకథ
పాలో కొల్హో

పాలో 1947 ఆగస్టులో రియోలో జన్మించారు. ఆయన తండ్రి పెడ్రో కీమా కొల్హో డిసౌజా ఒక ఇంజనీర్. ఆయన భార్య లిజియా ఒక ఇల్లాలు. చిన్నతనంలో పాలో ఒక కళాకారుడు కావాలని కలగన్నాడు. ఆయన మధ్యతరగతి కుటుంబం ఆయన మీద కోపగించింది. ఆడంబరం శూన్యం అయిన యూదు పాఠశాల పరిసరాలలో ఆయన తన అసలు అభిరుచిని కనుగొన్నాడు: రచయిత కావాలని. కానీ పాలో తల్లిదండ్రులు వేరే మార్గం ఎంచి ఉంచారు. ఆయనను రచనాభిమానంనుంచి దారిమళ్లించాలని వారు చేసిన ప్రయత్నాలు ఫలించలేదు. వారు అది ఒక మానసికవ్యాధి అనుకున్నారు. 17 సంవత్సరాల వయసులో పాలో తండ్రి అతనిని మానసిక చికిత్సాలయంలో - ఒకసారి కాదు రెండుసార్లు- చేర్పించారు. అక్కడ అతను ఎలక్ట్రిక్ షాక్ చికిత్స సహించవలసి వచ్చింది. అతను ఒక నాటకబృందంతో చేరి పాత్రికేయుడిగా పనిచేయటం మొదలు పెట్టినప్పుడు అతని తల్లిదండ్రులు మరొకసారి అతనిని ఆ మానసిక చికిత్సాలయానికి తీసుకువచ్చారు.

పాలో కాలాతీతవ్యక్తిగా ఎప్పుడు కొత్తవిషయాలను వెంటాడుతూ ఉండేవాడు. 1968లో గొరిల్లా హిప్పీ ఉద్యమాలు సైనిక పరిపాలనలో ఉన్న బ్రెజిల్‌ను చుట్టుముట్టాయి. ఆధునిక రాజకీయాలను అభిమానించి పాలో శాంతి,

ప్రేమ తరంలో చేరిపోయాడు. కార్లోస్ కాస్టానేడా అడుగుజాడలలో ఆధ్యాత్మిక అనుభవాలను అన్వేషిస్తూ ఆయన లాటిన్ అమెరికా అంతా తిరిగాడు. ఆయన నాటకరంగంలో పనిచేశాడు. పత్రికా రంగంలో వేలుపెట్టి 2001 అనే పేరున పత్రిక ప్రారంభించాడు. సంగీత నిర్మాత రావుల్ సీక్సాస్ తో ఆయన గేయ రచయితగా చేరారు. 1973లో పాలో, రావుల్ 'ఆల్టర్నేటివ్ సొసైటీ' అనే సంస్థలో సభ్యులు అయ్యారు. ఈ సంస్థ వ్యక్తి భావప్రకటనా స్వేచ్ఛకు నిలిచింది. అక్కడ స్వేచ్ఛాస్వాతంత్ర్యాల ఉద్యమంలో వారు అనేక హాస్య వల్లరుల శ్రేణి ప్రచురించారు. ఆ సంస్థ సభ్యులను నిరోధించి నిర్బంధించారు. రెండురోజుల తర్వాత ఒక సైనిక అనుబంధ సంస్థ సభ్యులు పాలోను ఎత్తుకుపోయి చిత్రహింస పెట్టారు.

ఆ అనుభవం అతన్ని ప్రగాఢంగా కదిలించివేసింది. 26 సంవత్సరాల వయసులో పాలో సాహసమైన జీవితానికి స్వస్తి చెప్పి సాధారణ జీవితం సాధించాలని నిశ్చయించుకున్నాడు. ఒక సంగీత పరిశ్రమలో ఎగ్జిక్యూటివ్ పని చేశాడు. రచనా వ్యాసంగంలో వేలుపెట్టాడు. కానీ ఒక విచిత్ర నూతనవ్యక్తితో పరిచయం కలిగే అంతవరకు తీవ్రమైన ప్రయత్నం ఏమీ చేయలేదు. మొదటిగా ఆ వ్యక్తి అతని మనోపథంలో దర్శనం ఇచ్చాడు. రెండునెలల తర్వాత పాలో ఆంస్టర్ డాంలో ఒక కేఫ్ లో ఆయనను కలుసుకున్నాడు.పాలో క్యాథలిక్ మతానికి తిరిగివచ్చి మ్యాజిక్ లో శ్రేయస్కరమైన భాగం అధ్యయనం చేయాలి అని సూచించాడు. ఆయన శాంటియాగో రహదారి మీద నడవమని పాలోను ప్రోత్సహించాడు. అది మధ్యయుగ యాత్రికుల బాట.

ఆ యాత్ర పూర్తిచేసిన ఒక సంవత్సరం తర్వాత 1987లో పాలో తీర్థయాత్ర (ది పిల్గ్రిమేజ్) రచించారు. ఆ పుస్తకం ఆయన అనుభవాలను వర్ణించింది. సాధారణ వ్యక్తుల జీవితాలలో అసాధారణ అనుభవాలు కలుగుతాయి అని ఆయన కనుగొన్న రహస్యాన్నికూడా వివరించింది. ఒక సంవత్సరం తర్వాత ఆయన పూర్తిగా విభిన్నమైన రచన ఆల్కెమిస్ట్ రచించారు. తొలి ప్రచురణలో తొమ్మిది వందల ప్రతులు మాత్రమే అమ్ముడుపోయాయి. ప్రచురణసంస్థ పునర్ముద్రణ చేయకూడదు అని నిశ్చయించుకున్నది.

పాలో తనకలకు నీళ్లు వదలలేదు. ఆయన మరొక ప్రచురణ సంస్థను వెతికి పట్టుకున్నారు. ఈ సంస్థ మునుపటి సంస్థకంటే పెద్దది. ఆయన రచించిన 'బ్రిడా' పత్రికా మాధ్యమాలలో చాలా ఆసక్తి రేకెత్తించింది. అప్పుడు ఆల్కెమిస్ట్,

పిల్గ్రిమేజ్ పుస్తకాలు బెస్ట్ సెల్లర్ జాబితాలో చోటుచేసుకున్నాయి. బ్రెజిల్ సాహిత్య చరిత్రలో ఆల్కెమిస్ట్ అన్నిటినీ మించి ఎక్కువ అమ్ముడు పోయింది.

పాలో కథ అంతటితో ముగింపు కాలేదు. ప్రజాహృదయాలను స్పందించ చేసిన అనేక ఉత్తమ రచనలు ఆయన కలంనుంచి వెలువడ్డాయి.

పాలో కొయెల్హో రచనలు

ది పిల్గ్రిమేజ్

బ్రిడా

ది వాకిరీస్

మక్తూబ్

బై ది రివర్ పీరా ఐ శాట్ డౌన్ అండ్ వెప్ట్

ది ఫిఫ్త్ మౌంటెన్

మాన్యువల్ ఆఫ్ ది వారియర్ ఆఫ్ లైట్

వెరోనికా డిసైడ్స్ టు డై

ది డెవిల్ అండ్ మిస్ ప్రిం

ఎలెవెన్ మినిట్స్

ది జహీర్

లైక్ ది ఫ్లోయింగ్ రివర్

ది విచ్ ఆఫ్ ఫోర్త్టెబెల్లో

ది విన్నర్ స్టాన్డ్స్ ఎలోన్

అలెఫ్

మాన్యుస్క్రిప్ట్ ఫౌండ్ ఇన్ ఆక్రా

ఎడల్టరీ

ది స్పై

హిప్పీ

జవాబులు
లేని
ప్రశ్నలు

ఒక పుస్తకాన్ని పాఠకుడికి చేర్చే రహస్య మార్గంలో అభిమానులు, ఉత్సాహికులు ఉండటం చాలా అవసరం. ఎందుకంటే రచయిత భావాలను, పదాలను చేరవేసేది వారే. ఈ నవలలో గొర్రెలకాపరి శాంటియాగో ఈ ప్రపంచం సుందర దృశ్యాలవెంట నడక సాగించటానికి సాయపడిన 'ది ఆల్కెమిస్ట్' అభిమానులు అందరికీ నా ధన్యవాదాలు.

నాకు దొరికిన ఈ అవకాశంలో ఒక కథ చెప్తాను: నేను ఒక విల్లు, అమ్ము ఉపయోగించి తరచూ ధ్యానం అభ్యాసం చేస్తాను (క్యూడో అనే జపాను పద్ధతి). ఫ్రాన్స్ లో ఉన్నప్పుడు ఒకసారి ఈ ధ్యానం అభ్యసించడానికి అనువైన స్థలంకోసం వెతుకుతూ ఒకదారిన వెళ్లాను. చివరికి ఒక సైనిక స్థావరం చేరుకున్నాను. అక్కడి సైనికులు నన్ను నిశితంగా పరిశీలించారు. నేను వారి ని చూడనట్టు నటించాను (మనలను గూఢచారులు అనుకుంటారేమో అని మనభయం). నా దారిన నేను కొనసాగాను.

చివరికి ఒక అనువైన స్థలం దొరికింది. నేను ధ్యానానికి పూర్వం చేయవలసిన ప్రాణాయామం ఆరంభించాను. అప్పుడు ఎదురుగా ఒక సాయుధ వాహనం నా వైపు రావడం గమనించాను.

వెంటనే నేను ఆ సైనికులుఅడగబోయే ప్రశ్నలకు ఆత్మరక్షణ సమాధానాలు ఆలోచించసాగాను. విల్లు ఉపయోగించటానికి నాకు అనుమతి ఉన్నది... అది సురక్షిత స్థానం... నేను అక్కడఉండటానికి అటవీశాఖ అభ్యంతరం చెప్పాలి కానీ సేనకాదు వగైరా వగైరా. కానీ ఒక కల్నల్ ఆ వాహనంనుంచి దిగివచ్చి 'ది ఆల్కెమిస్ట్' రచయిత నేనేనా అని అడిగారు.

నేను అవును అని చెప్పగానే, ఆయన తన బెరుకు వదిలి తనను గురించి చెప్పసాగారు.

ఆయన, ఆయన సతీమణి కుష్టు వ్యాధితో బాధపడుతున్న ఒక చిన్నారి సహాయం కోసం విరాళం ఇచ్చారు. ఆ చిన్నారి భారతదేశవాసి. కానీ ప్రస్తుతం ఫ్రాన్స్ తీసుకువచ్చారు. ఆ చిన్నారిని గురించి మరికొన్ని వివరాలు తెలుసుకోవాలనే ఉత్సుకతతో వారిద్దరూ ఆ చిన్నారి ఉన్న కాన్వెంట్ కు వెళ్లారు. అక్కడ ఆ చిన్నారి సన్యాసినుల పాలన పోషణలో ఉన్నది. ఆ దంపతులిద్దరూ ఆ మధ్యాహ్నం అక్కడ ఆనందంగా గడిపారు. కానీ వారు తిరిగి వెళ్లడానికి బయలుదేరుతుండగా మదర్ సుపీరియర్ వచ్చి జీవితాన్ని గురించి అర్థం చేసుకోవడానికి వారు వారి దత్తపుత్రికకుసహాయం చేయాలని చెప్పింది. ఆ ఆకల్నల్ తనకు ఆ రంగంలో అనుభవం ఏమీ లేదు అన్నారు. కానీ ఆ రాత్రి సాయం వేడుతూ దేవుని ప్రార్థించారు.

కలలో ఒక దేవత ఆయనకు సమాధానం చెప్పింది: "సమాధానం చెప్పేబదులు, పిల్లలు ఏమి అడగాలనుకుంటారో తెలుసుకోవటానికి ప్రయత్నించండి."

నిద్రలేచిన తర్వాత ఆ కల్నల్ కొన్ని స్కూల్స్ దర్శించి, అక్కడి విద్యార్థుల ను జీవితాన్ని గురించి వారు ఏమి తెలుసు కోవాలనుకుంటున్నారో రాయమని అడగాలని నిశ్చయించుకున్నారు. వారి ప్రశ్నలన్నీ స్వంత దస్తూరిలో ఉండాలని చెప్పారు. పిరికితనంగల పిల్లలు తమభావాలు ప్రకటించటానికి భయపడే అవకాశం ఉండదు. అందుకే ఈ ముందుజాగ్రత్త. మన అనుభవాల నేపథ్యం ఏదైనాసరే మనప్రశ్నలుకూడా పిల్లల ప్రశ్న రాగానే ఉంటాయి:

ఉదాహరణకు:

మనం చనిపోయినప్పుడు ఎక్కడికి పోతాము?

కొత్తవాళ్లను చూస్తే మనకు భయం ఎందుకు?

ప్రమాదాలు ఎందుకు జరుగుతాయి? (దేవుడిని నమ్మేవారికి కూడా)

ఎలాగూ చనిపోతాం కదా. మరి మనం ఎందుకు పుట్టినట్లు?

ఆకాశంలో ఎన్ని నక్షత్రాలు ఉన్నాయి?

దేవుడిని నమ్మనివారి మాటలు దేవుడు వింటాడా?

పేదరికం, వ్యాధులు ఎందుకు ఉన్నాయి?

దేవుడు ఈగలను దోమలను ఎందుకు పుట్టించాడు?

మనం విచారంగా ఉన్నప్పుడు మనలను కాపాడే దేవత ఎందుకు ప్రత్యక్షం కాదు?

మనం కొంతమందిని ప్రేమిస్తాం. కొంతమందిని ద్వేషిస్తాము. ఎందుకు?

దేవుడు స్వర్గంలో ఉంటే, చనిపోయిన మా అమ్మ కూడా అక్కడే ఉంది, కనుక ఆయన సజీవంగా ఎలా ఉంటాడు?

30 సంవత్సరాల క్రితం ది ఆల్కెమిస్ట్ రాసిననాడు నేను మన ఉనికికి కారణం అర్థం చేసుకోవటానికి ప్రయత్నిస్తున్నాను. ఒక వేదాంతగ్రంథం రాసేబదులు నాలోఉన్న చిన్నారితో మాట్లాడాలని నిశ్చయించుకున్నాను.

ఆ చిన్నారి ఈనాటికీ ప్రపంచవ్యాప్తంగా లక్షలాది ప్రజలలో సజీవంగా ఉన్నది అనేదే ఆశ్చర్యకరమైన విషయం. ఈ పుస్తకం అనేక భాషలలోకి అనువాదం అయింది. సుమారు 168దేశాలలో ప్రచురణ అయింది. జవాబులులేని ఈ ప్రశ్నలు జీవితాన్ని ఒక అద్భుతమైన సాహస యాత్ర చేస్తాయి అని చెప్పటానికి నాకు సహాయం చేశాయి.

పాలో కొల్హో